വിഷ്ണു കണ്ട പ്രളയം

(ബാലസാഹിത്യനോവൽ)

സുധ അജിത്

VAYANAPPURA

VAYANAPPURA

Vishnu kanda Pralayam
(Malayalam Balasahithya Novel)
by **Sudha Ajith**

Vayanappura Publications, Ernakulam
First Published : December 2021
Typesetting & layout: Jincy Don
Cover Setting: C.V. Harindran
Published by: Vayanappura Publications
Anathanam Studios, Old Railway Station
Cross Road, Ernakulam
Pin - 682018
Mob: 9074188300
e-mail: vayanappuraeditorial@gmail.com

ISBN: 9789390999620
Printed by: Oracle
Price: 110/-

സുധ അജിത്

ഗോപിനാഥപിള്ളയുടെയും (റിട്ട. ഡെപ്യൂട്ടി ഡയറക്ടർ – Economics & Statitics), കനകമണിയുടെയും മകളായി എറണാകുളത്ത് ജനനം. സ്ക്കൂൾ വിദ്യാഭ്യാസം തിരുവനന്തപുരം കോട്ടൺഹിൽ സ്ക്കൂളിലും, ബിരുദവും ബിരുദാനന്തര ബിരുദവും മഹാരാജാസ് വിമൻസ് കോളേജ് തിരുവനന്തപുരത്തും.

"മഞ്ഞിനടിയിലെ തീജ്ചാല" എന്ന കഥാസമാഹാരം 2017 ലും "ഒരു ലോക്ക്ഡൗൺ കാലത്ത്" എന്ന കഥാസമാഹാരം 2021 ലും പ്രസിദ്ധീകരിച്ചു. വിവിധ ആനുകാലികങ്ങളിൽ കഥകളും കവിതകളും നോവലും ലേഖനങ്ങളും എഴുതുന്നു. കേരളസാഹിത്യവേദിയുടെ വൈസ്പ്രസിഡന്റ്, കേരള സാഹിത്യമണ്ഡലത്തിലും കേരളകാവ്യ സാഹിതിയിലും, ഇൻസയിലും മെമ്പർ.

myimpressio.com എന്ന ഓൺലൈൻ മാഗസിനിന്റെ എഡിറ്റർ.

കേരള സാഹിത്യവേദിയുടെ 2019-ലെ തകഴി അവാർഡും, 2019 -ലെ "ആത്മായനങ്ങളുടെ ഖസാക്ക്" അവാർഡും ലഭിച്ചിട്ടുണ്ട്. "സാഗരസംഗമം" എന്ന നോവൽ 'ഗൃഹശോഭ' മാഗസീനിൽ പ്രസിദ്ധീകരിച്ചു വരുന്നു. 'ഋതു സംക്രമം' എന്ന ഒരു നോവലും എഴുതി പൂർത്തിയാക്കിയിട്ടുണ്ട്.

ഭർത്താവ്	: അജിത്കുമാർ (Rtd. Chief Manager. HDFC Bank)
മകൾ	: രോഷ്നി എസ്. അജിത് (ഐ.ബി.എസ്. കൊച്ചി)
മരുമകൻ	: ഗോപു ജി. തച്ചിരേത്ത് (ഐ.ബി.എസ്. കൊച്ചി)
പേരക്കുട്ടി	: ദേവൻഷ്
വിലാസം	: ശ്രീവിശാഖ്, (TMRA 26), എം.&ബി ലെയിൻ തമ്മനം പി.ഒ., കൊച്ചി – 32
ഫോൺ	: 9387076473, 9847941134, 0484 – 2335653
ഇമെയിൽ	: sudha.ajithpillai@gmail.com

ആമുഖം

കുട്ടികൾക്കു വേണ്ടി ഒരു ബാലനോവൽ എഴുതുക എന്നത് എന്റെ ചിരകാല അഭിലാഷമായിരുന്നു. എന്നാൽ എഴുതിത്തുടങ്ങിയപ്പോഴാണ് അത് എത്രത്തോളം കഠിനതരമാണെന്ന് മനസ്സിലായത്. കുഞ്ഞുങ്ങൾ ദൈവത്തിന്റെ വരദാനമാണ്. ഹൃദയ നൈർമ്മല്യമുള്ള അവരുടെ മനസ്സിൽ നിറയെ മുതിർന്നവർക്ക് അചിന്തനീയമായ ഭാവനകളായിരിക്കും നിറഞ്ഞു നില്ക്കുന്നത്. അത്തരത്തിലുള്ള കുഞ്ഞുമനസ്സുകളെ തൃപ്തിപ്പെടുത്തുവാൻ ഞാനും ഒരു ബാലികയായി മാറേണ്ടിയിരുന്നു. എങ്കിലും അല്പം മുതിർന്ന ഒരു കുട്ടിയായി മാറാനാണ് ഞാൻ ഇഷ്ടപ്പെട്ടത്. മൊബൈൽ ഫോണും, പ്രണയവും മറ്റും ഇന്നത്തെ കൗമാരപ്രായക്കാരെ എത്രത്തോളം പ്രതികൂലമായി ബാധിക്കുന്നുണ്ടെന്ന് പല സാമൂഹികമാദ്ധ്യമങ്ങളിൽക്കൂടിയും നാമറിഞ്ഞു കൊണ്ടിരിക്കുന്നു. സാങ്കേതികവും, മാനുഷികവുമായ ഇത്തരം ചതിക്കുഴികളിൽ വീണ് പല ബാലികാബാലന്മാരുടേയും ഭാവി അപകടത്തിലാവുന്നുണ്ട്. അത്തരം പ്രവണതകളിൽ നിന്ന് കുട്ടികളെ പിന്തിരിപ്പിക്കാനും, വിദ്യാഭ്യാസകാലത്ത് പഠനത്തിലും, പ്രയോജനപ്രദമായ മറ്റ് പാഠ്യേതരവിഷയങ്ങളിലും ഏർപ്പെടുവാനുമുള്ള ഊർജം പകർന്നു നൽകുവാനുമാണ് നാം ശ്രമിക്കേണ്ടത്.

അത്തരത്തിലുള്ള ഒരു ശ്രമമാണ് ഞാനിവിടെ നടത്തിയിട്ടുള്ളത്. കൂടാതെ നമ്മുടെ കുഞ്ഞുങ്ങൾ ചെറുപ്പം മുതൽ മനുഷ്യനെയും, നമുക്കുചുറ്റുമുള്ള ജീവജാലങ്ങളേയും, കണ്ടറിയാനും, സ്നേഹിക്കാനും പഠിക്കേണ്ടിയിരിക്കുന്നു. നമ്മുടെ സമൂഹത്തിൽ ഇന്നും നിലനില്ക്കുന്ന ജാതിമത ചിന്തകൾപോലുള്ള ചില സാമൂഹിക ദുഷ്പ്രവണതകൾക്കെതിരെ പ്രതികരിക്കാനും അവർ നന്നെ ചെറുപ്പത്തിൽ തന്നെ പഠിക്കേണ്ടതുണ്ട്. ഈകഥയിൽ ബാലമനസ്സുകൾക്കനുസൃതമായി ചില ഫാന്റസികൾ ആവിഷ്ക്കരിക്കാനും ഞാൻ ശ്രമിച്ചിട്ടുണ്ട്.

പുസ്തകവായന കുട്ടികളുൾപ്പെടെ പലരിലും വളരെ വിരളമായി മാത്രമാണ് കാണപ്പെടുന്നത്. ഭൂരിപക്ഷവും മൊബൈലിലും മറ്റ് സാങ്കേതികമാദ്ധ്യമങ്ങളിലും ചിലവഴിച്ച് ദിവസം തള്ളിനീക്കാൻ ശ്രമിക്കുന്നവരാണ്. എന്നാൽ കുട്ടികളിൽ ഭാവനകൾ വളർത്താനും അവരുടെ ബുദ്ധിവികാസത്തിനും വായന ഒരനന്യഘടകം തന്നെയാണ്. ഇത്തരത്തിൽ വായനയിൽ തത്പരരായ എന്റെ ചെറുമകനുൾപ്പെടെ എല്ലാ ബാലമനസ്സുകൾക്കുമായി ഞാൻ എന്റെ ഈ പുസ്തകം സമർപ്പിക്കുന്നു.

ഈ നോവൽ എഡിറ്റ് ചെയ്യാൻ സഹായിച്ച ശ്രീ ജി.കെ പിള്ള തെക്കേടത്തിനെ ഞാൻ എന്റെ നന്ദിയും, കടപ്പാടും പ്രത്യേകം അറിയിക്കുന്നു.

കൃതജ്ഞതയോടെ

സുധ അജിത്.

പ്രസാധകക്കുറിപ്പ്

വിവരസാങ്കേതികവിദ്യയുടെ വളർച്ചയും, സാമൂഹികമാധ്യമങ്ങളുടെ അതിപ്രസരവും ബാല്യകൗമാരങ്ങളെ മാത്രമല്ല മുതിർന്നവരെതന്നെയും അച്ചടിമാധ്യമ വായന എന്ന സത്ഗുണത്തിൽ നിന്നും വെളിയിൽ തള്ളിയിരിക്കുന്നുവെന്നു പറഞ്ഞാൽ അതിൽ അതിശയോക്തിയില്ല. ഒരു ബാലനോവൽ രചനയെന്നാൽ, വെറുതെ വായിച്ചുതള്ളാനുള്ള ഒരു കഥയെന്നതല്ല ശരിയായ അർത്ഥം. കുരുന്നുമനസ്സുകളിലെ മാലിന്യം കഴുകിത്തുടച്ചുവൃത്തിയാക്കാൻ ഉതകുന്നതാവണം ഒരു ബാലനോവൽ. ശ്രീമതി സുധാ അജിത്, 'വിഷ്ണുകണ്ട പ്രളയം' എന്ന നോവൽ രചനയിലൂടെ ഈ കർത്തവ്യം അക്ഷരാർത്ഥത്തിൽ പ്രാവർത്തികമാക്കിയിരിക്കുന്നു. ഓരോ കുഞ്ഞുങ്ങളും ഒപ്പം മുതിർന്നവരും ഇത് വായിക്കപ്പെടണമെന്ന ഉത്ക്കടമോഹത്തോടെ വായനപ്പുര പബ്ലിക്കേഷൻസ് അനുവാചകസമക്ഷം സമർപ്പിക്കുന്നു, 'വിഷ്ണുകണ്ട പ്രളയം'! സ്വീകരിച്ചാലും!

സ്നേഹപൂർവ്വം

പോൾസൺ തേങ്ങാപ്പുരക്കൽ

1

പുഴകളും മലകളും നിറഞ്ഞ അതിമനോഹരമായ മയിലാടുംകുന്ന് എന്ന ഗ്രാമത്തിൽ നിന്നും അവൻ ഊട്ടിയിലെ ഈ ബോർഡിംഗ് സ്കൂളിലെത്തിയിട്ട് ഒരുവർഷം പിന്നിട്ടിരിക്കുന്നു.

നിറയെ പൂത്തുലഞ്ഞുനിൽക്കുന്ന ഒരു വാകമരചുവട്ടിൽ വിഷ്ണു ഏകനായി ആരെയോ പ്രതീക്ഷിച്ച് നില്ക്കുന്നു. അക്ഷമനിറഞ്ഞ നില്പും ഭാവവും കണ്ടിട്ടാകാം കുശിനിക്കാരൻ ഔസേപ്പുമാപ്പിള 'അടുത്തെത്തി' ചോദിച്ചു.

"എന്താ കുഞ്ഞേ ഇവിടെ വന്നു ഒറ്റയ്ക്കു നില്ക്കുന്നത്. ഇന്ന് കളിക്കാൻ ആരും കൂട്ടില്ലേ"? "ഞാൻ എന്റെ ഡാഡിയെ നോക്കി നില്ക്കുകയാണ്. ഇന്നുവരാമെന്നു പറഞ്ഞിട്ടുണ്ട്."

ഓ... അതാണല്ലേ ഇത്ര അക്ഷമ. ആട്ടെ, ഡാഡി എത്രമണിക്ക് വരാമെന്നാണ് പറഞ്ഞിരിക്കുന്നത്? ഔസേപ്പ്മാപ്പിളയുടെ ചോദ്യംകേട്ട് അവൻ വേദനയോടെ പറഞ്ഞു.

"ഡാഡി അഞ്ചുമണിക്കു വരാമെന്നു പറഞ്ഞിരുന്നു. ഞാൻ നാലുമണി മുതൽ ഇവിടെ വന്നു കാത്തുനില്ക്കുകയാണ്."

"ഇപ്പോൾ സമയം അഞ്ചരമണിയായല്ലോ കുഞ്ഞെ. വഴിയിൽ വല്ല ബ്ലോക്കോമറ്റോ ഉണ്ടായിക്കാണും. ഇവിടെയും കേരളത്തിലുമെല്ലാം മഴക്കാലമല്ലേ"

വിഷ്ണുവിന്റെ കണ്ണുകളിൽ നിരാശ പടർന്നു. അവൻ ആകാശത്തേക്കുനോക്കി. ആകാശം മേഘാവൃതമായിരിക്കുന്നു.

"അപ്പോൾ ഡാഡി ഇനിയും താമസിക്കുമെന്നാണോ ഔസേപ്പ് മാപ്പിള പറയുന്നത്." അതിനുത്തരം പറയാതെ അയാൾ നിന്നു.

രാത്രിയിൽ, ഊട്ടിയിലെ ഹെയർപിൻ വളവിലൂടെ കാറോടിക്കാൻ ഡാഡിയ്ക്കു വിഷമമായിരിക്കും. അതോർത്ത് അവൻ വിഷണ്ണനായി. അവന്റെ സങ്കടം കണ്ട് ഔസേപ്പ്മാപ്പിള അവനെ സമാശ്വസിപ്പിച്ചു..

"ഇല്ല കുഞ്ഞേ, എന്റെ മനസ്സുപറയുന്നു, കുഞ്ഞിന്റെ ഡാഡി ഇപ്പോഴെത്തുമെന്ന്" അയാൾ അവന്റെ ശിരസ്സിൽ തലോടി.

ബോർഡിംഗിൽ അവന് ഏറ്റവുമിഷ്ടം മാപ്പിളയോടാണ്. കുഞ്ഞുങ്ങളോട് ദയയും, സ്നേഹവും ഉള്ളവനാണ്. പ്രശ്നങ്ങൾ കേൾക്കുമ്പോൾ സമാശ്വാസവാക്കുകൾ പറഞ്ഞ് അവരെ തലോടി ആശ്വസിപ്പിക്കാറുണ്ട്.. വിഷ്ണുവും തന്റെ ഏതുപ്രശ്നവും ഔസേപ്പ്മാപ്പിളയോടാണ് പങ്കുവയ്ക്കാറുള്ളത്. കണക്കുതെറ്റിച്ചാൽ ക്ലാസ്സിൽ മുട്ടിന്മേൽ നിർത്തി ശിക്ഷിക്കാ

റുള്ള ജോൺസാറിനെപ്പറ്റിയും, കർശനക്കാരനായ വാർഡൻ അരുൺസ്സാറിനെപ്പറ്റിയുമൊക്കെയുള്ള പരാതികൾ!...

സ്കൂളിലെ ഇംഗ്ലീഷ്മിസ് സിസ്റ്റർ മരിയയെ അവനിഷ്ടമാണ്. ഒരമ്മയെപ്പോലെയാണ് മരിയമിസ് കുട്ടികളോട് ഇടപെടാറുള്ളത്. അതുപോലെ വൈസ്പ്രിൻസിപ്പൽ ഫാദർ നിക്കോളാസും ഇഷ്ടം പ്രകടിപ്പിക്കാറുണ്ട്. എന്നാൽ പഠിക്കാൻ മിടുക്കരായ കുട്ടികളോട് ഫാദറിന് അല്പം സ്നേഹം കൂടുതലുണ്ട്. പലപ്പോഴും അദ്ദേഹവും കർക്കശക്കാരനാണ് സ്കൂളിലെ സ്പോർട്സ്കോച്ചായ അദ്ദേഹം ബോർഡിംഗ് സ്ക്കൂളിന്റെ മേൽനോട്ടവും വഹിക്കുന്നുണ്ട്. കളിക്കാനും പഠിക്കാനും ഉറങ്ങാനുമെല്ലാം കൃത്യസമയങ്ങൾ പാലിക്കുന്നതുകണ്ടില്ലെങ്കിൽ അദ്ദേഹം കോപിഷ്ഠനാകും. പിന്നെ ചിലപ്പോൾ ശിക്ഷ നൽകിയെന്നുവരും. വിഷ്ണു അനുസരണയുള്ളനും സമർത്ഥനുമായതുകൊണ്ട് അപൂർവ്വം സന്ദർഭങ്ങളിലൊഴിച്ച് അവന് ശിക്ഷ ലഭിച്ചിരുന്നില്ല, ഔസേപ്പ്മാപ്പിളയും വിഷ്ണുവും സംസാരിച്ചുകൊണ്ട് നിൽക്കുമ്പോൾ ഫാദർനിക്കോളാസ് അവിടെ വന്നെത്തി.

തെല്ലുനീരസത്തോടെ അദ്ദേഹം വിഷ്ണുവിനോടന്വേഷിച്ചു.

“എന്താ വിഷ്ണു ഇവിടെ വന്നുനില്ക്കുന്നത്. ഇന്ന് ബാഡ്മിന്റൺ കളിക്കാനും നിന്നെ കണ്ടില്ലല്ലോ”

വിഷ്ണു ഭയത്തോടെ ഒന്നുംമിണ്ടാതെ നില്ക്കുന്നതുകണ്ട് ഔസേപ്പുമാപ്പിള പറഞ്ഞു.

“വിഷ്ണുമോൻ ആകെ വിഷമിച്ചാണ് സാറെ നില്ക്കുന്നത്. ഇന്നവന്റെ ഡാഡി വരാമെന്നേറ്റിരുന്നു. അദ്ദേഹത്തെ ഇതുവരെ കണ്ടില്ല. അതാണവൻ വിഷമിച്ചുനില്ക്കുന്നത്.”

ഫാദർനിക്കോളാസ്, ഓർമ്മ വീണ്ടെടുത്ത് തെല്ലുകുറ്റബോധത്തോടെ പറഞ്ഞു.

“ഓ... ശരിയാണല്ലോ... ഞാനതോർത്തില്ല. അദ്ദേഹം ഇന്നലെ എന്നെവിളിച്ചിരുന്നു. ഇന്ന് വരുന്നുണ്ട് എന്നുപറഞ്ഞ്”

അവർ സംസാരിച്ചുകൊണ്ടുനില്ക്കുമ്പോൾ ഒരു ബി എം ഡബ്ലിയൂ, കാർ ചുരം കയറി വരുന്നുണ്ടായിരുന്നു. അതുകണ്ട് വിഷ്ണുപറഞ്ഞു.

“ഫാദർ, എന്റെ ഡാഡി വരുന്നുണ്ട്. അതാ ആകറുത്തകാർ ഞങ്ങളുടേതാണ്.”

അവന്റെ വാക്കുകൾ കേട്ട് എല്ലാവരും അങ്ങോട്ട് നോക്കി. ചുരം കയറിവരുന്ന കാർ അവരുംകണ്ടു. അല്പം കഴിഞ്ഞപ്പോൾ കാർ

സ്കൂൾ ഗേറ്റ് കടന്ന് അവരുടെ സമീപമെത്തി. അതിൽ നിന്ന് വിഷ്ണു വിന്റെ ഡാഡി സുസ്മേരവദനനായി പുറത്തേക്കിറങ്ങി.

ഫാദർ അദ്ദേഹത്തിന്റെ സമീപമെത്തി കൈകൊടുത്തു, സ്വയം പരിചയപ്പെടുത്തി.

"ഹലോ മിസ്റ്റർ രവീന്ദ്രൻ.. ഞാൻ ഫാദർനിക്കോളാസ്..."

"സോറി ഫാദർ, ഞാൻ വിഷ്ണുവിനെ നാട്ടിലേക്കു കൂട്ടിക്കൊണ്ടു പോകാൻ വന്നതാണ്. അവിടെ അവന്റെ മുത്തശ്ശിയുടെ സപ്തതി ആഘോഷങ്ങൾ നടക്കാൻ പോവുകയാണ്. അതിന് വിഷ്ണു കൂടിയേ തീരൂ."

"ഓ... അങ്ങനെയാണോ. പക്ഷെ വിഷ്ണുവിന്റെ ഓണപ്പ രീക്ഷയ്ക്ക് ഇനി അധികനാളുകളില്ല. വിഷ്ണു പഠിക്കാൻ സമർത്ഥനാണ്. എങ്കിലും ക്ലാസ്സുകൾ നഷ്ടപ്പെട്ടാൽ അതവനുബുദ്ധിമുട്ടാകും."

"അവനെ ഞാൻ ഒരാഴ്ചയ്ക്കുള്ളിൽ തിരികെ എത്തിക്കാം ഫാദർ. നഷ്ടപ്പെട്ട ക്ലാസ്സുകൾ വീണ്ടെടുക്കാൻ അവനെ ഒന്നുസഹായിച്ചാൽ മതി."

"ശരി... ശരി നിങ്ങൾ പോയിവരൂ... ഞാൻ അവനാവശ്യമായ പാഠ ഭാഗങ്ങൾ, ക്ലാസ്സിൽ എടുക്കുന്നത് ഓൺലൈനായി അവന്റെ ഫോണി ലേക്ക് അയച്ചു കൊടുക്കാനുള്ള ഏർപ്പാട് ചെയ്യാം."

"വളരെ ഉപകാരം ഫാദർ"

"എന്നാൽ നിങ്ങൾ പെട്ടെന്ന് നാട്ടിലേക്കു മടങ്ങുവാൻ നോക്കി ക്കോളൂ. ഇവിടെ ഇപ്പോൾ കാലാവസ്ഥ വളരെമോശമാണ്. ഡ്രൈവു ചെയ്യുവാൻ ബുദ്ധിമുട്ടായിരിക്കും"

"ഓക്കേ ഫാദർ, ഞങ്ങൾ ഇപ്പോൾ ത്തന്നെ മടങ്ങുകയാണ്"

വിഷ്ണു, ഫാദറിനോട് യാത്രപറഞ്ഞ് കാറിനുള്ളിലേക്ക് കയറി

"പോയിവരൂ കുഞ്ഞെ. യാത്രയൊക്കെ സുഖ മാവട്ടെ." ഔസേപ്പ് മാപ്പിള, അവനെ അനുഗ്ര ഹിച്ച് യാത്രയാക്കി.

കാർ ചുരമിറങ്ങിത്തുടങ്ങിയപ്പോൾ വിഷ്ണു അത്യന്തം ആഹ്ളാദവാനായി.

അവൻ ചുറ്റുമുള്ള കാഴ്ചകളിലേക്ക് കണ്ണോടിച്ചു.

പലതരത്തിലും നിറത്തിലുമുള്ള പൂക്കൾ വിരിയുന്ന വശ്യമനോഹര നാടുതന്നെയിതും.

പക്ഷെ അവന്റെ മനസ്സിൽ മുഴുവൻ പുഴക്കരയിലെ അവരുടെ വീടായിരുന്നു.

ഒരു രാജകൊട്ടാരംപോലെ മനോഹരമായ സൗധം. ശുദ്ധജലംപോലെ തെളിഞ്ഞ കണ്ണാടിജനാലകൾ. കാറ്റത്താടുന്ന നീല ജനാലവിരികൾ. ജനാലയ്ക്കരികിൽ നിന്നുനോക്കുമ്പോൾ ശാന്തമായി നുരപതകൾ ചിന്നിച്ച് ഒഴുകുന്ന പുഴ കാണാം. സൂര്യോദയവും അസ്തമയവും അവിടെയിരുന്നാൽ ഭംഗിയായി ദർശിക്കാനാകും. പ്രഭാതത്തിൽ മലകൾക്കപ്പുറത്ത് നിന്നും ഉദിച്ചുയരുന്ന സൂര്യന്റെ ഭംഗി ആസ്വദിച്ച് എത്രനേരമാണ് താൻ ജനാലയ്ക്കരുകിൽ നില്ക്കാറുള്ളതെന്നവനോർത്തു.

പകൽ വെളിച്ചത്തിൽ ആ വീടിന് അഭൗമസൗന്ദര്യമേകി, ജനാലച്ചില്ലുകളിൽത്തട്ടി പ്രതിഫലിക്കുന്ന സൂര്യപ്രഭ.

പുഴയ്ക്കതിരിട്ട് അങ്ങകലെ പച്ചപ്പട്ടുചാർത്തി തെളിഞ്ഞുകാണുന്ന മലനിരകൾ. എല്ലാമെല്ലാം അവന്റെഓർമ്മയിലേക്കോടിയെത്തി.

കൂടാതെ താൻ വളർത്തുന്ന ടോമി എന്ന പോമറേനിയൻ നായക്കുട്ടിയും ടിറ്റു, മിട്ടു എന്നീ മുയൽക്കുട്ടികളും. എല്ലാം ഓർത്ത് അവൻ ഡാഡിയോട് ചോദിച്ചു

"ഡാഡി.. എന്റെ ടിറ്റുവും മിട്ടുവും ടോമിയുമെല്ലാം സുഖമായിരിക്കുന്നോ?"

"അവ ശരിക്ക് ആഹാരമൊക്കെ കഴിക്കുന്നുണ്ടോ?" .

"ടോമിക്ക് കഴിഞ്ഞയാഴ്ച ഒരുവയറിളക്കം പിടിച്ചിരുന്നു. മൃഗഡോക്ടറെ കാണിച്ചു സുഖപ്പെടുത്തി. ഇപ്പോളവൻ സുഖമായിരിക്കുന്നു. ടിറ്റുവും മിട്ടുവും വൈകുന്നേരമാവുമ്പോൾ സ്മാർട്ടായി പുൽത്തകിടിയിൽ ഓടിക്കളിക്കാറുണ്ട്" ഡാഡി പുഞ്ചിരിയോടെ പറഞ്ഞു.

പെട്ടെന്ന് വിഷ്ണു എന്തോ ഓർത്ത് ഡാഡിയോടു ചോദിച്ചു..

"എന്താ ഡാഡി അമ്മുവേടത്തി രണ്ടാഴ്ചയായി എന്നെ വിളിക്കാത്തെ. മറ്റേത് എന്നും വിളിച്ച് വീട്ടിലെയും നാട്ടിലേയും വിശേഷങ്ങൾ പറയുമായിരുന്നു."

അതുകേട്ട് ഡാഡി നിശ്ശബ്ദനായി. അല്പനേരം കഴിഞ്ഞ് അദ്ദേഹം പറഞ്ഞു.

''അമ്മുവേടത്തിക്ക് നല്ല സുഖമില്ല വിഷ്ണു. അതാണ് വിളിക്കാത്തത്."

ഡാഡി എന്തോ ഒളിക്കുന്നതായി അവനു തോന്നി. ആ വാക്കുകൾ അവനിൽ വേദന ഉണർത്തി. അമ്മുവേടത്തിയെക്കുറിച്ചുള്ള നല്ല ഓർമ്മകൾ, അല്പനേരത്തേക്ക് അവനെ നിശ്ശബ്ദനാക്കി.

ഇപ്പോൾ ഒന്നാംവർഷ ഡിഗ്രിക്ക് പഠിക്കുന്ന, അടുത്തുതന്നെ മെഡിസിന് ചേരാൻ പോകുന്ന അമ്മുവേടത്തി. ഇടക്കെല്ലാം കൊച്ചുകൊച്ചു വഴക്കുകൾ ഉണ്ടാക്കാറുണ്ടെങ്കിലും, അമ്മുവേടത്തിയെ അവനുജീവനാണ്. അവൾക്ക് വിഷ്ണുവിനെയും ജീവനുതുല്യം സ്നേഹമാണ്. എന്തുകാര്യവും അവർ രണ്ടുപേരും പരസ്പരം ഷെയർ ചെയ്യാറുണ്ട്. ഒരുമിച്ചു കളിക്കുകയും ഒരുമിച്ചുറങ്ങുകയും പതിവാണ്.. ആ അമ്മുവേടത്തിക്കാണ് സുഖമില്ലെന്നു ഡാഡി പറയുന്നത്. പക്ഷെ ഡാഡിയുടെ മുഖഭാവത്തിൽ നിന്ന് മറ്റെന്തോ ഒളിക്കുന്നതായി അവനുതോന്നി. ഒരു പക്ഷെ സീരിയസ് ആയിട്ടുള്ള അസുഖമായിരിക്കുമോ?

ആ വിചാരം തന്നെ അവനെ തളർത്തി.

"അവിടെ മമ്മിയും അച്ഛമ്മയുമൊക്കെ വിഷ്ണുവിനെക്കാണാൻ കാത്തിരിക്കുകയാണ്. അവർ അല്പം മുമ്പും വിളിച്ചിരുന്നു വിഷ്ണുവിനെക്കണ്ടില്ലേ എന്ന് ചോദിച്ച്."

ആ വാക്കുകൾ അവനു സമാധാനം നൽകി. ഏടത്തിക്കേതായാലും സീരിയസ് ആയിട്ടുള്ള അസുഖമൊന്നുമില്ല. അങ്ങനെയെങ്കിൽ ഡാഡിയെ ഇങ്ങനെയായിരിക്കുകയില്ല കാണപ്പെടുന്നത്.

എങ്കിലും അമ്മുവേടത്തിയെ സംബന്ധിച്ച ഗൗരവമാർന്ന എന്തോ ഒന്നുണ്ടെന്ന് അവന്റെ കൂർമ്മബുദ്ധി ഓർമപ്പെടുത്തി. അമ്മുവേടത്തിയെ കാണുവാൻ അവനു തിടുക്കമായി. യാത്രക്കിടയിൽ മഴ പെയ്യുന്നുണ്ടായിരുന്നു. വെള്ളത്തുള്ളികൾ ശക്തിയോടുകൂടി ഗ്ലാസിൽ വന്നലച്ചു താഴേക്ക് പതിക്കുന്നത് അവൻ ശ്രദ്ധിച്ചു. ഒപ്പം ചീറിയടിക്കുന്ന കാറ്റിന്റെ വേഗതയും ഇടിയും മിന്നലും അവനെ അലോസരപ്പെടുത്തി. അല്പ

ദൂരം കൂടി ചെന്നപ്പോൾ വഴിയിൽ ഗതാഗത തടസ്സം കണ്ടു. അടുത്തുള്ള പുഴയിൽ നിന്നും വെള്ളം കരകവിഞ്ഞൊഴുകി റോഡിലെത്തിയിരിക്കുന്നു. ഇനിയും മുന്നോട്ടുപോയാൽ വാഹനം മുങ്ങിയതുതന്നെ. യാത്രയെ തടസ്സപ്പെടുത്തി പോലീസുകാർ നിരത്തുവക്കിൽ, ഉയർന്ന സ്ഥലത്തുനിന്ന് വാഹനങ്ങൾ തിരിച്ചുവിട്ടുകൊണ്ടിരിക്കുന്നു.

ഇതിലെ മുന്നോട്ടുപോകാൻ പറ്റുമെന്ന് തോന്നുന്നില്ല. നമുക്ക് മറ്റൊരു വഴിയേ പോകാം .

വണ്ടി പുറകോട്ടു തിരിച്ചുകൊണ്ട് ഡാഡി പറഞ്ഞു.

ഇനിയും തടസ്സങ്ങളുണ്ടായാൽ ഈ യാത്ര നിർത്തിവയ്ക്കേണ്ടിവരുമെന്നവനു തോന്നി. വീണ്ടും ബോർഡിങ്ങിലേക്ക്. ആ ജയിലറയിൽ നിന്നും അൽപ്പദിവസത്തേക്കെങ്കിലും മോചനം ലഭിക്കുമല്ലോ എന്നോർത്തായിരുന്നു ഈ നിമിഷംവരെ സന്തോഷിച്ചത്. നാടിന്റെ പച്ചപ്പിൽ തിമിർത്തുകളിച്ചും അമ്മുവേടത്തിയുമായി ബാഡ്മിന്റൺ കളിച്ചും കഥകൾ പറഞ്ഞുസന്തോഷിച്ചും, വളർത്തുമൃഗങ്ങളുമായി സല്ലപിച്ചും, പുഴയോട് കിന്നാരം പറഞ്ഞും ഏതാനും ദിവസം...

ഇങ്ങോട്ടു യാത്രപുറപ്പെടുമ്പോൾ അതൊക്കെയായിരുന്നു മനസ്സിൽ. എന്നാലിപ്പോൾ എല്ലാമോഹവും വൃഥാവിലാകുമെന്നു തോന്നുന്നു. അവന്റെ മനസ്സു മ്ലാനമൂകമായി. അല്പംകഴിഞ്ഞ് വിഷ്ണുവിന് മയക്കം വരുന്നതുപോലെ തോന്നി. എന്നാൽ കണ്ണടയുന്നതിനുമുൻപ് അവനാ കാഴ്ചകണ്ടു. ഏതാനും വാര അകലെയായി വഴിയിൽ വീണു കിടക്കുന്ന ഒരു മരം. അതിനപ്പുറത്തായി ഒടിഞ്ഞുനുറുങ്ങിയ നിലയിൽ ഒരോട്ടോറിക്ഷ.

മരം ഏതാനുംപേർ ചേർന്ന് മുറിച്ചുമാറ്റുന്നു. ധാരാളം ആളുകൾ കൂടിനിൽപ്പുണ്ട്. ഏതാനും വണ്ടികളും നിരനിരയായി കിടപ്പുണ്ട്.

“ഓട്ടോയുടെ മുകളിലേക്കാണ് ആ മരം വീണത്. ഓട്ടോക്കാരന് ഗുരുതരപരുക്കുംപറ്റി സാറെ. ആശുപത്രിയിലെത്തിച്ച അയാളിപ്പോൾ അപകടനില തരണം ചെയ്തുവെന്നാണ് അറിഞ്ഞത്.”

ഓട്ടോക്കാരനെക്കുറിച്ച് ഉൽക്കണ്ഠാകുലരായ വിഷ്ണുവും ഡാഡിയും ആവാക്കുകൾ ആശ്വാസത്തോടെ കേട്ടു.

മരം മുറിച്ചുമാറ്റാൻ എത്രസമയം എടുക്കുമെന്നന്വേഷിച്ച ഡാഡിയോട് ഒരു വഴിപോക്കൻ പറഞ്ഞു.

"ഈ മരം ഇപ്പൊത്തന്നെ മുറിച്ചു നീക്കും സാറേ. മറ്റുള്ളിടത്തെപ്പോലെയല്ല ഇവിടെ. ഇതിന്റെയെല്ലാം ചുമതലവഹിക്കുന്ന സാറിന് നല്ല ശുഷ്കാന്തിയാണ്."

തന്റെ വാക്കുകൾ തുടർന്നുകൊണ്ടയാൾ മെല്ലെ ചിരിച്ചു.

"നമ്മൾ എവിടെയെത്തി ഡാഡി." ജിജ്ഞാസയോടെ വിഷ്ണു ചോദിച്ചു. മുന്നിലെ സംഭവവികാസങ്ങൾ അവന്റെ ഉറക്കത്തെ ആട്ടിയകറ്റി.

"നമ്മൾ പാലക്കാട് അടുക്കാറായി. ഇനി ഒരുമണിക്കൂർ കൂടി കഴിഞ്ഞാൽ നമ്മൾ മയിലാടുംകുന്നിലെത്തും. പക്ഷെ ഇവിടെ എത്രനേരം കിടക്കേണ്ടി വരുമെന്നറിയില്ലല്ലോ."

അങ്ങനെ പറഞ്ഞു ഡാഡി അക്ഷമയോടെ പുറത്തേക്കുനോക്കി. വിഷ്ണു ആളുകൾ മരംമുറിക്കുന്നത് നോക്കിയിരുന്നു.

നല്ല കാറ്റും മഴയുമുള്ളപ്പോൾ വാഹന യാത്ര അപകടകരമാണെന്നറിഞ്ഞതോടെ വിഷ്ണു ഭയവിഹ്വലനായി. ഭയം അകറ്റുവാൻ അച്ഛമ്മ പറഞ്ഞുകൊടുത്തിരുന്ന പ്രാർത്ഥനാമന്ത്രം മനസ്സിൽ അവനുരുവിട്ടു.

"അർജുനൻ ഫൽഗുനൻ...."

വീണ്ടും യാത്രതുടർന്നപ്പോൾ മഴയുംകാറ്റും ശമിച്ചിരുന്നു. അതോടെ ഭയം അകന്നു. അവന്റെ കണ്ണുകളിൽ ഉറക്കം തളംകെട്ടി.

അവനറിയാതെ മയക്കത്തിലേക്ക് വഴുതിവീണു .

വഴിയിൽ മരങ്ങൾ വീണുകിടന്നു ചെറിയ ചില ബ്ലോക്കും, വെള്ളക്കെട്ടുമൂലമുള്ള തടസ്സങ്ങളും ഉണ്ടായെങ്കിലും അവരുടെ വണ്ടി കുഴപ്പമൊന്നും കൂടാതെ നാട്ടിലെത്തി. രാത്രിയായതുകൊണ്ട് പതുക്കെയാണ് രവീന്ദ്രൻ വണ്ടി ഓടിച്ചിരുന്നത്. അതുകൊണ്ടുതന്നെ അവർ മയിലാടുംകുന്നിലെത്തിയപ്പോൾ അർധരാത്രിയോടടുത്തിരുന്നു.

വിഷ്ണു അപ്പോഴേക്കും നല്ല ഉറക്കം പിടിച്ചിരുന്നു. വിഷ്ണുവിനെ തോളിലെടുത്തു ഡാഡി ബെഡ്റൂമിൽ കൊണ്ടുവന്നു കിടത്തി, പുതപ്പെടുത്തു പുതപ്പിച്ചു. തിരി

ഞ്ഞുനോക്കുമ്പോൾ വിഷ്ണുവിന്റെ അമ്മ രജനി അവനെ നോക്കിനിൽക്കുന്നത് കണ്ടു.

"നല്ല ഉറക്കമാണ്. ഇനി അതിരാവിലെ വിളിച്ചുണർത്തിയാൽ മതി. പരീക്ഷ അടുത്തുവരുന്ന സമയമാണ്. അവനു ധാരാളം പഠിക്കാനുണ്ടാകും." ഡാഡി ഓർമ്മിപ്പിച്ചു.

''ശരിയാണ് ഈ സമയത്തു അവനെ ഇങ്ങോട്ടു വിളിച്ചു കൊണ്ടുവരണ്ടായിരുന്നു എന്ന് ഇപ്പോൾ തോന്നുന്നു." അവന്റെ മമ്മി പറഞ്ഞു.

"പക്ഷെ അവനില്ലെങ്കിൽ അമ്മക്കതു വളരെ വിഷമമായിരിക്കും"

"അതും ശരിയാണ്. അമ്മയുടെ സപ്തതിക്ക് അവനില്ലാതെ പറ്റില്ലല്ലോ." ഇരുവരും സംസാരിച്ചുകൊണ്ടു തങ്ങളുടെ ബെഡ്റൂമിലേക്ക് നടന്നു. അപ്പോൾ വിഷ്ണു ഗാഢനിദ്രയിലായിരുന്നു.

****

2

ബോർഡിംഗിൽ രാത്രിയിലെ പഠനം കഴിഞ്ഞ് വിഷ്ണു ഉറങ്ങാൻ തുടങ്ങുകയായിരുന്നു. അപ്പോഴാണ് ആരോവാതിലിൽ മുട്ടുന്നശബ്ദം കേട്ടത്. അവൻ എഴുന്നേറ്റുചെന്ന് വാതിൽ തുറന്നു. അപ്പോൾ കൈയ്യിലൊരു നീണ്ട ചൂരൽവടിയുമായി അരുൺസാർ നിൽക്കുന്നു.

"നിന്നെ ഇന്ന് പ്രയറിനു കണ്ടില്ലല്ലോ. നിന്നോടെത്ര പ്രാവശ്യം പറയണം പ്രയർ അറ്റൻഡ് ചെയ്യണമെന്ന്."

ശരിയാണ്, താനിന്നും പ്രയറിനു പോയില്ലല്ലോ എന്ന് വിഷ്ണു ഓർത്തു. എന്തുകൊണ്ടോ അന്യമതസ്ഥരുടെ പ്രാർത്ഥനയിൽ പങ്കെടുക്കാൻ അവനുതാല്പര്യം ഉണ്ടായിരുന്നില്ല. അച്ഛമ്മയുടെ ഉപദേശവും അക്കാര്യത്തിൽ അവനുണ്ടായിരുന്നു.

"നസ്രാണികളുടെ പ്രാർത്ഥനയിലൊന്നും കൂടിയേക്കല്ലേടാ. അവര് മതംമാറ്റാൻ നോക്കും."

അച്ഛമ്മ പലപ്പോഴും അവനോട് പറഞ്ഞിരുന്നു. അവനും അതിൽ വിശ്വസിച്ചു. എന്നാൽ എല്ലാമതങ്ങളും ഒന്നാണെന്നും ദൈവം ഒന്നേയുള്ളുവെന്നും അമ്മുവേടത്തി അവനെ ഉപദേശിച്ചിരുന്നു. എന്നിട്ടും അവനതു ഉൾക്കൊള്ളാൻ കഴിഞ്ഞിരുന്നില്ല.

സ്കൂളിലാണെങ്കിൽ അക്കാര്യം ഒട്ടൊക്കെ നിർബന്ധവുമാണ്. അവനവന്റെ മതത്തിൽ വിശ്വസിക്കുന്നതിന് തടസ്സമില്ലായിരുന്നുവെങ്കിലും സ്കൂളിലെ മറ്റുമതസ്ഥരുടെ പ്രാർത്ഥനാകാര്യങ്ങളിൽ പങ്കെടുക്കണമെന്ന് അരുൺസാർ നിഷ്ക്കർഷിച്ചിരുന്നു. ഇന്നിപ്പോൾ ചൂരൽവടിയുമായി സാറിനെ കണ്ടതോടെ അവനിൽ ഭയം നാമ്പെടുത്തു. വിഷ്ണുവാകട്ടെ എങ്ങനെയോ സാറിനെ തട്ടിമാറ്റി പുറത്തേക്കോടി. ഭയന്നോടിയ അവൻ ചെന്നുനിന്നത് അഗാധമായ ഒരു കൊക്കക്കരികിലാണ്.

അവൻ തിരിഞ്ഞുനോക്കുമ്പോൾ കണ്ടത് ചുവന്നകണ്ണുകളുമായി തന്റെ പുറകെ പാഞ്ഞെത്തിയ വാർഡനെയാണ്. ഡ്രാക്കുളയെപ്പോലെ കൂർത്തനഖങ്ങളുള്ള ഭീമാകാരനായ ഒരുരാക്ഷസനെപ്പോല അരുൺ സാർ!...... രാക്ഷസൻ കൈകൊണ്ടു തള്ളിയിടാനൊരുങ്ങിയപ്പോൾ അവൻ ഉറക്കെ മമ്മിയെ വിളിച്ചുകരഞ്ഞു

"മമ്മി......." അവൻ ഭയപ്പാടോടെ നിലവിളിച്ചു...

വിഷ്ണുവിന്റെ നിലവിളികേട്ട് അടുത്തമുറിയിൽ നിന്നും മമ്മി ഓടിയെത്തി.

"എന്താ മോനെ എന്തിനാ നിലവിളിച്ചത്." അവൾ അവനെ കുലുക്കിവിളിച്ചു

"ആ... രാക്ഷസാ... എന്നെ കൊക്കയിലേക്ക് തള്ളിഇടരുത്.... ഞാൻ ചത്തുപോകും..."

അവൻ ഉറക്കത്തിൽ വീണ്ടും നിലവിളിച്ചു. മമ്മി കൂടുതൽ പരിഭ്രമത്തോടെ അവനെ കുലുക്കി വിളിച്ചുണർത്തി. മുന്നിൽ മമ്മിയെക്കണ്ടപ്പോഴാണ് താൻ സ്വപ്നം കാണുകയായിരുന്നു എന്ന് വിഷ്ണുവിന് ബോധ്യമായത്. അവന്റെ വിറയൽ അപ്പോഴും മാറിയിരുന്നില്ല. അവൾ അവനെ ചേർത്തുപിടിച്ചു ആശ്വസിപ്പിച്ചു. വിറയൽ മാറിയപ്പോൾ അവൻ പറഞ്ഞു.

"ഞാൻ... ഞാൻ ഒരു ദുഃസ്വപ്നം കണ്ടു മമ്മി...." അരുൺസാർ എന്നെ അടിക്കാൻ വന്നു. ഞാൻ മുറിയിൽനിന്നും ഇറങ്ങിയോടി. ചെന്നു നിന്നത് ഒരുവലിയ കൊക്കക്കടുത്താണ്. പുറകിൽനിന്നും പാഞ്ഞെത്തിയ സാർ ഒരു രാക്ഷസനെപ്പോലെ തോന്നി. രാക്ഷസൻ എന്നെ കൊക്കയിലേക്ക് തള്ളിയിടാനൊരുങ്ങി. ഞാൻ വല്ലാതെ പേടിച്ചുപോയി മമ്മി."

"സാരമില്ല നീ ദുഃസ്വപ്നം കണ്ടതല്ലേ. ഇനിയിപ്പോൾ മമ്മി അടുത്തുണ്ടല്ലോ. മോൻ ഒന്നുംപേടിക്കാതെ ഉറങ്ങിക്കോളൂ."

അവൾ അവനെ ചേർത്തുപിടിച്ച് കൂടെകിടന്നു. അതോടെ അവന്റെ പേടിമാറി, സുഖനിദ്രയിൽ ലയിച്ചു.

പ്രഭാതവെളിച്ചം പമ്മിപമ്മി ജനലിലൂടെ കടന്നുവന്ന് തന്റെ ചൂടുള്ള കരങ്ങൾ കൊണ്ട് "വിഷ്ണു എഴുന്നേൽക്കൂ സമയം ഏറെയായി"യെന്ന് പറഞ്ഞ് മുട്ടിവിളിച്ചപ്പോൾ അവൻ പുതപ്പു വലിച്ചുനീക്കി മെല്ലെ എഴുന്നേറ്റു. തലേന്ന് കണ്ട സ്വപ്നം അപ്പോഴും മനസ്സിനെ കിടിലംകൊള്ളിച്ചു കൊണ്ടു മായാതെ കിടന്നു. എന്നാൽ

തുറന്നു കിടന്ന ജനാലയിലൂടെ പുറത്തെ പച്ചപ്പ് നോക്കിക്കണ്ടതോടെ താനിപ്പോൾ സ്വന്തം വീട്ടിലാണെന്ന ബോധം അവനെ ആഹ്ളാദിപ്പിച്ചു.

ഒരുപക്ഷെ ബോർഡിങ്ങിലാണെങ്കിൽ ഇത്രനേരം കിടന്നുറങ്ങുവാനനുവദിക്കുകയില്ലല്ലോ എന്നോർത്തു.

നേരം പുലരുംമുമ്പ് അഞ്ചുമണിയാകുമ്പോൾ അവിടെ ഉണർന്നെഴുന്നേൽക്കണം. ഇല്ലെങ്കിൽ വാർഡൻ ഓരോ മുറിയിലും വന്നു എല്ലാവരും എഴുന്നേറ്റിട്ടുണ്ടോ എന്നുനോക്കും. എഴുന്നേറ്റിട്ടില്ലെങ്കിൽ വായിൽ വരുന്നതൊക്കെ വിളിച്ചുപറഞ്ഞ് ശകാരിക്കും. ചിലപ്പോൾ ചൂരൽകഷായവും ഉണ്ടാകും. ഉറങ്ങാനും അതേ ചിട്ടവട്ടങ്ങളാണ്. രാത്രി പത്തുമണി വരെ പഠിക്കണം. പത്തുമണിയാകുമ്പോൾ എല്ലാവരും ലൈറ്റണച്ച് കിടന്നുകൊള്ളണം.

****

3

കഴിഞ്ഞരാത്രിയിൽ താൻകണ്ട ദു:സ്വപ്നത്തെക്കുറിച്ചവനപ്പോളോർത്തു. യഥാർത്ഥസംഭവത്തിന്റെ ആവർത്തനമായിരുന്നല്ലോ താൻ സ്വപ്നത്തിൽ കണ്ടതെന്നവൻ ചിന്തിച്ചു. ബോർഡിങ്ങിലെ തുടക്കദിവസങ്ങളിലൊന്നിലായിരുന്നു അത്. അന്ന് ബോർഡിങ്ങിലെ ചിട്ടവട്ടങ്ങൾ ഇത്രത്തോളം കർക്കശമാണെന്ന് അറിഞ്ഞിരുന്നില്ല.

മൊബൈൽഫോൺ ഉപയോഗത്തിന് സ്കൂളിൽ കർശനമായ നിയന്ത്രണങ്ങളുണ്ടായിരുന്നു. ആരും മൊബൈൽഫോൺ സ്വന്തമായി കയ്യിൽ സൂക്ഷിക്കാൻ പാടുള്ളതല്ല.

എല്ലാവരുടെയും മൊബൈൽ അരുൺസാറിന്റെ കൈവശമായിരിക്കും. എല്ലാദിവസവും കാലത്തെ അൽപനേരംമാത്രം വീട്ടിലേക്കു വിളിക്കാൻ അനുവാദമുണ്ട്. പക്ഷെ അതുസാറിന്റെ മേൽനോട്ടത്തിൽ മാത്രം.

അന്നുരാത്രിയിൽ പഠനംകഴിഞ്ഞ് അല്പസമയം ഒരേമുറിയിലെ താമസക്കാരായ താനും ജോസഫും ആനന്ദും മൊബൈലിൽ ഗെയിം കളിക്കാനിരുന്നു. അല്പംകഴിഞ്ഞപ്പോൾ അടുത്തമുറിയിലെ മാർട്ടിനും ഞങ്ങളോടൊപ്പം കൂടി. ഞങ്ങൾ ഓരോ തമാശകൾ പറഞ്ഞ് ഗെയിം കളിച്ചുകൊണ്ടിരുന്നു. പത്തുമണിയായപ്പോൾ ഉറങ്ങാനായുള്ള മണിയടികേട്ടു. ഗയിമിൽ രസം പിടിച്ചിരുന്നതിനാൽ ഞങ്ങളത് ശ്രദ്ധിച്ചില്ല. പത്തുമണി കഴിഞ്ഞിട്ടും മുറിയിൽ ലൈറ്റ് കണ്ട് അരുൺസാർ അങ്ങോട്ടേക്ക് കടന്നുവന്നു വാതിലിൽ മുട്ടാൻ തുടങ്ങി. ആരെങ്കിലും ഫ്രണ്ട്സ് ആയിരിക്കുമെന്നു കരുതി ആനന്ദ് ചെന്ന് വാതിൽ തുറന്നു. അപ്പോൾ സ്വപ്നത്തിലെപ്പോലെ കയ്യിലൊരു നീണ്ടചൂരൽ വടിയുമായി വാർഡൻ നിൽക്കുന്നു. ഞങ്ങളുടെ കയ്യിലെ മൊബൈൽ കണ്ട് അത്ഭുതവും ക്രോധവും കലർന്ന ശബ്ദത്തിൽ അദ്ദേഹം ആക്രോശിച്ചു.

"എന്ത്... മൊബൈലിന്റെ ഉപയോഗം ഇവിടെ കർശനമായി നിയന്ത്രിച്ചിട്ടുണ്ടല്ലോ.

നിങ്ങളുടെ കൈയിലെ മൊബൈൽഫോൺ എല്ലാം എന്റെ കയ്യിൽ ത്തന്നെ ഉണ്ടല്ലോ. പിന്നെ എവിടെനിന്ന് വന്നു ഈ മൊബൈൽ"

അരുൺസാർ വല്ലാതെ ക്ഷുഭിതനായി കൈനീട്ടാൻ ആവശ്യപ്പെട്ടു. കൈവെള്ളയിൽ ചൂരൽ കൊണ്ട് ആഞ്ഞടിച്ചശേഷം മൊബൈൽ കയ്യിൽ നിന്നും വാങ്ങി.

"നിങ്ങളുടെ രക്ഷാകർത്താക്കൾ വന്നശേഷം മൊബൈൽ തരാം."

അങ്ങനെപറഞ്ഞ് സാർ അവിടെനിന്നും മടങ്ങി. തേങ്ങിക്കരഞ്ഞു കൊണ്ട് ഞങ്ങൾ പരസ്പരം നോക്കി. കൈയിലെ വേദനക്കുപുറമെ രക്ഷാകർത്താക്കളുടെ ശകാരവും കേൾക്കേണ്ടിവരുമല്ലോ എന്നോർ ത്തായിരുന്നു സങ്കടം. ഞങ്ങളുടെ കൂട്ടത്തിൽ ജോസഫിനു മാത്രമാണ് മൊബൈൽ ഉണ്ടായിരുന്നത്. മുറിയിലെ സ്വകാര്യതയിൽ രാത്രികാല ങ്ങളിൽ വീട്ടിലേക്കുവിളിക്കുവാൻ അവന്റെ രക്ഷാകർത്താക്കൾ തന്നെയാണ് ആ മൊബൈൽ അവനു സമ്മാനിച്ചിരുന്നത്. പലപ്പോഴും ആരും കാണാതെ കൂട്ടുകാരോടൊത്തു ഗെയിംകളിക്കുവാൻ അവനതു പയോഗിച്ചിരുന്നു. പിറ്റേന്നുതന്നെ തങ്ങൾ മൂവരുടെയും രക്ഷിതാക്ക ളെത്തി.

മൊബൈൽ ഉപയോഗം കുട്ടികൾക്കിടയിൽ പരിമിതപ്പെടു ത്തിയിരിക്കുന്നതോർമ്മിപ്പിച്ച് അരുൺസാർ, ജോസഫിന്റെ മാതാപിതാക്ക ൾക്ക് ഫോൺ മടക്കി നൽകി. രക്ഷിതാക്കൾ തന്നെ സ്കൂൾ നിയമങ്ങൾ ലംഘിച്ചാൽ ആകുട്ടികളെ സ്കൂളിൽ തുടരാൻ അനുവദിക്കുകയില്ലെന്നും അന്ത്യശാസനം നൽകി. മൊബൈലിന്റെ ദൂഷ്യവശങ്ങളും അദ്ദേഹം അവരെ ബോധ്യപ്പെടുത്തി. അതിൽപ്പിന്നെ തങ്ങളാരും സ്കൂളിൽ അനു വദിച്ചിട്ടുള്ള നിശ്ചിതസമയത്തിൽക്കവിഞ്ഞ് മൊബൈൽ ഉപയോഗിക്കാൻ ധൈര്യപ്പെ ട്ടിട്ടില്ല .

വാഷ്ബേസിനിൽ മുഖം കഴുകിക്കഴി ഞ്ഞപ്പോൾ അവനൽപ്പം ഉന്മേഷം തോന്നി. കോണിപ്പടികളിറങ്ങി താഴേക്കുനടന്നു. അവ ന്റെ മനസ്സ് ആരെയോ തിരയുന്നുണ്ടാ യിരുന്നു. അമ്മുവേടത്തി എവിടെ?.. താൻ വന്നിട്ട് ഇതുവരെ അമ്മുവേടത്തിയെ കണ്ടി ല്ലല്ലോ?

"അല്ലാ... വിഷ്ണു, മോനെ നീ ആളങ്ങു മാറിപ്പോയല്ലോടാ... നിന്റെ കുറുമ്പും കുസൃതിയുമൊക്കെ എവിടെപ്പോയി... നീ ആകെ ക്ഷീണിച്ചു പോയല്ലോടാ"

അങ്ങനെ പറഞ്ഞ് എല്ലായ്പ്പോഴും ബോർഡിംഗിൽ നിന്ന് എത്തുമ്പോൾ തന്നെ സ്വാഗതം ചെയ്ത് ഓടിയെത്താറുള്ളത് അമ്മുവേടത്തിയാണ്. ഇന്നലെ രാത്രിയിൽ ഉറക്കത്തിന്റെ ചുഴിയിൽ ആഴ്ന്നിറങ്ങുമ്പോൾ താൻ അമ്മുവേടത്തിയെ മറന്നുപോയിരുന്നു. തന്റെ ഏറ്റവും പ്രിയപ്പെട്ട അമ്മുവേടത്തി!.. ആദ്യമായി തന്നെ ബോർഡിംഗിൽ ചേർക്കാൻ കൊണ്ടുപോകുമ്പോൾ കരഞ്ഞു ബഹളംവച്ച അമ്മുവേടത്തി!..

"അവനെ ബോർഡിംഗിലൊന്നും ചേർക്കേണ്ട ഡാഡി. അവൻ ഇവിടെത്തന്നെ നല്ലകുട്ടിയായി വളർന്നുകൊള്ളും" എന്നുപറഞ്ഞ് തനിക്കുവേണ്ടി വാദിച്ച അമ്മുവേടത്തി.

ഏട്ടത്തിയുടെ ഒരേയൊരു കളിക്കൂട്ടുകാരൻ താനായിരുന്നല്ലോ?..

വെക്കേഷൻകാലത്ത് എന്തെല്ലാം കുസൃതിത്തരങ്ങളാണ് തങ്ങൾ കാട്ടിക്കൂട്ടിയിരുന്നത്.

പറമ്പിലെ മാവിൽ കല്ലെറിഞ്ഞുമാങ്ങവീഴ്ത്താനും, പുഴക്കരയിൽനിന്നും മീൻപിടിക്കാനും, കൊതുമ്പുവള്ളം തുഴഞ്ഞ് പുഴയിലൂടെ യാത്ര പോകാനും, എല്ലാറ്റിനും തനിക്കുകൂട്ട്, തന്നെക്കാൾ ആറുവയസ്സിനുമൂത്ത അമ്മുവേടത്തിയായിരുന്നു.

ഒന്നിച്ചുകളിക്കുകയും കുസൃതികാട്ടി നടക്കുകയും ചെയ്യുമ്പോൾ അമ്മുവേടത്തിക്കും തന്റെ തന്നെ പ്രായമായിരുന്നുവല്ലോ എന്നോർത്തു.

പക്ഷെ ഒടുവിൽ ഡാഡി അമ്മുവേടത്തിക്ക് വാങ്ങിക്കൊടുത്ത മൊബൈൽ ആണല്ലോ എല്ലാറ്റിനും പ്രശ്നമായത്. ആ മൊബൈൽ അമ്മുവേടത്തിയേക്കാൾ കൂടുതലായി താൻ ഉപയോഗിക്കാൻ തുടങ്ങി. അല്പനാളുകൾക്കുള്ളിൽ അതിലെ ഗെയിമുകൾ തന്റെ ഹരമായി മാറി. നാട്ടിലെ ഇംഗ്ലീഷ് മീഡിയം സ്ക്കൂളിൽ പഠനത്തിൽ മുന്നോക്കം നിന്നിരുന്ന താൻ പിന്നോട്ടായി. എല്ലായ്പ്പോഴും മൊബൈൽ തന്റെ കയ്യിൽ കാണാൻ തുടങ്ങിയതോടെ ഡാഡി വഴക്കിടാനും തുടങ്ങി.

മാത്രമല്ല ഏതാനും ദിവസം ഏട്ടത്തി കോളജിൽനിന്നും ടൂർ പോയപ്പോൾ, സായാഹ്നങ്ങളിൽ പുഴക്കരയിൽ കാണാറുള്ള, തങ്ങളേക്കാൾ താഴ്ന്ന ജീവിത നിലവാരമുള്ള കുട്ടികളുമായി ഫുട്ബോൾ കളിച്ചതും, ഡാഡി പ്രശ്നമാക്കി.

ഒരിക്കൽ ഡാഡിയുടെ കാർ ഓടിക്കാൻ ശ്രമിച്ചത് മറ്റൊരു കാരണമായി.

അങ്ങനെ നിരവധികാരണങ്ങൾ കൂടിച്ചേർന്നതോടെ ഡാഡി തനിക്കു ശിക്ഷവിധിച്ചു. വീട്ടിൽനിന്നും ഏറെഅകലെയുള്ള, കർശനനിയന്ത്രണങ്ങളുള്ള സ്കൂളിലെ ബോർഡിംഗ് വാസമായിരുന്നു അതിനു ലഭിച്ച ശിക്ഷ...

ഊട്ടിയിലെ കോൺവെന്റിൽ ചേർന്ന് പഠിക്കുന്നതോടെ തന്നിൽ അച്ചടക്കം കൈവരുമെന്നും പഠിച്ചുമിടുക്കനാവുമെന്നും ഡാഡി ആശിച്ചു.

എന്നാലിന്ന് ആ ബോർഡിംഗ്സ്കൂൾ സഹവാസം തന്റെ എല്ലാ സന്തോഷത്തെയും നശിപ്പിച്ചുകൊണ്ടിരിക്കുകയാണെന്ന് ഡാഡിക്കറിയില്ലല്ലോ!

****

4

"അല്ലാ വിഷ്ണുമോൻ ഉണർന്നെഴുന്നേൽക്കാൻ താമസിച്ചു പോയോ? എന്നും നേരത്തെ ഉണരാറുള്ള മോനിന്നെന്തുപറ്റി?"

ചിന്തയിൽനിന്നും ഞെട്ടിഉണർന്നു നോക്കുമ്പോൾ മുന്നിൽ, മൂക്കത്ത് വിരൽവച്ച് നിൽക്കുന്ന ജാനുവമ്മയെകണ്ടു. അപ്പോൾ മാത്രമാണ് താൻ അടുക്കളയിലാണ് എത്തിനിൽക്കുന്നതെന്നും, അമ്മുവേടത്തിയെ അന്വേഷിച്ചാണ് താനിവിടെയെത്തിയതെന്നും വിഷ്ണുവിന് ബോധ്യമായത്.

"അമ്മുവേടത്തി എവിടെ?"

അവൻ ജിജ്ഞാസാപൂർവ്വം ജാനുവമ്മയോട് ചോദിച്ചു.

"അമ്മുവേടത്തി അപ്പുറത്തെങ്ങാനും ഉണ്ടാവും കുഞ്ഞെ. എന്തെ.... കുഞ്ഞുവന്നിട്ട് ഇതുവരെ അമ്മുവേടത്തിയെ കണ്ടില്ലേ?"

ജാനുവമ്മ ആകാംക്ഷയോടെ ചോദിച്ചു.

"ഇല്ലല്ലോ ജാനുവമ്മേ.... സാധാരണ ഞാൻവരുമ്പോൾ എന്നെക്കാണാൻ ആദ്യം ഓടി എത്താറുള്ളത് അമ്മുവേടത്തിയാണ്. ഇത്തവണ ഇതുവരെ ഞാൻ ഏട്ടത്തിയെ കണ്ടില്ല."

"കുഞ്ഞു വന്നതു രാത്രിയല്ലേ? അപ്പോൾ അമ്മുവേടത്തി ഉറങ്ങിപ്പോയിക്കാണും. അതായിരിക്കും കുഞ്ഞിനെ കാണാൻ വരാതിരുന്നത്."

ജാനുവമ്മ അവനെ സമാശ്വസിപ്പിച്ചു.

"എന്നാലും അമ്മുക്കുഞ്ഞു വെളുപ്പിനെ ഉണരാറുണ്ടല്ലോ? ഇതുവരെ അടുക്കളയിലേക്കും കണ്ടില്ല."

ജാനുവമ്മയും ഏതോ സംശയത്തിന്റെ നിഴലിൽ അകപ്പെട്ടപോലെ, ആത്മഗതം പറഞ്ഞു.

"എന്നാൽപ്പിന്നെ തേടിപ്പിടിച്ചിട്ടു തന്നെ കാര്യം." വിഷ്ണുനേരെ അമ്മുവേടത്തിയുടെ മുറിയിലേക്ക് നടന്നു. അവിടെ

ഏടത്തി മുറിയിൽ മൂടിപ്പുതച്ചു കിടക്കുന്നത് അവൻ കണ്ടു. ഇടയ്ക്കിടയ്ക്ക് ഞരങ്ങുകയും മൂളുകയും ചെയ്യുന്നുണ്ട്. വിഷ്ണു അടുത്തെത്തി കുലുക്കിവിളിച്ചു. അമ്മുവേടത്തിയുടെ ദേഹത്ത് ചുട്ടുപൊള്ളുന്ന പനിയുണ്ടായിരുന്നു. കാറിൽ വച്ച് ഡാഡി പറഞ്ഞത് ശരിയാണല്ലോ എന്നോർത്തു.. ഏടത്തിക്ക് നല്ല പനിയാണ്. ഡാഡി കള്ളം പറഞ്ഞതല്ല. അല്പം കഴിഞ്ഞ് ഏറെവിഷമിച്ച് മെല്ലെ കണ്ണുതുറന്നു, ഏടത്തി വിഷ്ണുവിനെ നോക്കിപ്പറഞ്ഞു

"വിഷ്ണു..... മോനെ.... നീ വന്നുവോ? അമ്മുവേടത്തിക്ക് തീരെ വയ്യെടാ..."

ക്ഷീണിച്ചു തളർന്നതുപോലെയുള്ള വാക്കുകൾ.... അമ്മുവേടത്തിയുടെ തളർന്നസ്വരം കേട്ട് വിഷ്ണു ദുഃഖത്തോടെ അടുത്തിരുന്നു.

"എന്തുപറ്റി ഏടത്തിക്ക്.... പനി എങ്ങനെ വന്നു? എന്നിട്ട് മമ്മി എന്നോട് ഒന്നും പറഞ്ഞില്ലല്ലോ."

"അതിന് മമ്മി അറിഞ്ഞിട്ടില്ലെടാ... ഇന്നുരാവിലെ എഴുന്നേൽക്കാൻ നോക്കിയപ്പോൾ നല്ല കുളിരുതോന്നി... ഡാഡി എന്നെ ഇന്നലെ ഒത്തിരി വഴക്കുപറയേം അടിക്കേം ചെയ്തില്ലേ... അതായിരിക്കാം പനി വരാൻ കാരണം."

അമ്മുവേടത്തി തളർന്നസ്വരത്തിൽ ഇഴഞ്ഞപോലെ വാക്കുകളുരുവിട്ടു .

അപ്പോൾ അമ്മുവേടത്തിക്ക് പനി വന്നത് ഇന്നാണ്. കാറിൽവച്ച് ഡാഡി തന്നോട് പറഞ്ഞത് കളവായിരുന്നു. മറ്റെന്തോ ഒളിക്കാൻ ഡാഡി പറഞ്ഞകള്ളമായിരുന്നു അത്. പക്ഷെ ഡാഡി എന്തിനായിരിക്കും അമ്മുവേടത്തിയെ തല്ലിയത്. വിഷ്ണുവിന് ഒന്നും മനസ്സിലായില്ല.

"ഡാഡി അമ്മുവേടത്തിയെ അടിച്ചുവെന്നോ എന്തിന്? അവൻ ചോദിച്ചു."

അപ്പോൾ അമ്മുവേടത്തി എന്തോ അബദ്ധം പിണഞ്ഞതുപോലെ ഭാവിച്ചു. എന്നിട്ടുപറഞ്ഞു.

"അത് നീ ഇപ്പോളറിയേണ്ട മോനെ... അമ്മുവേടത്തിക്ക് നിന്നോടത് പറയാനാവില്ല." ഏടത്തി ഏതോ വിഷമം കടിച്ചിറക്കും മട്ടിൽ കണ്ണടച്ചുകിടന്നു.

തന്റെ അമ്മുവേടത്തിക്ക് തന്നോടു പറയാനാവാത്ത രഹസ്യമോ?.. വിഷ്ണുവിനത് സഹിച്ചില്ല

"അമ്മുവേടത്തി എന്നോടത് പറഞ്ഞില്ലെങ്കിൽ ഞാനിനി അമ്മുവേടത്തിയുമായി കൂടില്ല"

അവൻ പിണക്കം നടിച്ച് തിരിഞ്ഞിരുന്നു.

"മോൻ പിണങ്ങേണ്ട, അമ്മുവേടത്തി എല്ലാം പറയാം. പക്ഷെ ഇപ്പോൾ അതുപറയുവാൻ അമ്മുവേടത്തിയെക്കൊണ്ടാവില്ല... അത്രയ്ക്ക് ഡാഡി എന്നെ..."

മുഴുവൻ പറയാതെ നിർത്തി.

ആ കണ്ണുകൾ നിറഞ്ഞൊഴുകുന്നുണ്ടായിരുന്നു. നിറഞ്ഞൊഴുകുന്ന ആ കണ്ണുകൾ കണ്ട് വിഷ്ണുവിന്റെ ഹൃദയവും നുറുങ്ങുകളായി ചിതറിത്തെറിച്ചു.

"കരയേണ്ട, എന്നോടുപറയാൻ വിഷമമാണെങ്കിൽ അതിപ്പോൾ എന്നോട് പറയണ്ട."

അവൻ അവളുടെ നിറഞ്ഞൊഴുകുന്ന കണ്ണുകൾ തുടച്ചുകൊടുത്തു. അല്പംകഴിഞ്ഞ് അവൾ പറഞ്ഞു.

"നല്ലക്ഷീണം. ഞാനൊന്നുറങ്ങട്ടെ.... മോൻ എങ്ങും പോകാതെ അമ്മുവേടത്തിയുടെ അടുത്തിരിക്കണേ."

അങ്ങനെപറഞ്ഞു കണ്ണടച്ച് ഉറങ്ങുവാൻ തുടങ്ങി.

പാവം. പനിയുടെ ക്ഷീണം കൊണ്ടായിരിക്കാം സംസാരിക്കാൻ സാധിക്കാത്തതെന്നോർത്തവൻ മിണ്ടാതിരുന്നു.

വിഷ്ണു അടുത്തിരുന്ന് അവളുടെ കയ്യിൽ മെല്ലെ തലോടിക്കൊണ്ടിരുന്നു.

ഡാഡി എന്തിനായിരിക്കും അമ്മുവേടത്തിയെ തല്ലിയതെന്ന് എത്ര ആലോചിച്ചിട്ടും അവന് പിടികിട്ടിയില്ല. അമ്മുവേടത്തി തന്നേക്കാൾ നന്നായി പഠിക്കും. മെഡിസിന് വിടണമെന്നാണ് ഡാഡിയുടെ ആഗ്രഹം. എന്നാൽ ആദ്യത്തെ പ്രാവശ്യം എൻട്രൻസ് എഴുതിയിട്ട് കിട്ടിയില്ല. അതിനാലാണ് ഡിഗ്രിക്ക് സാധാരണ കോളേജിൽ ചേർത്തത്. ഇനി പൈസകൊടുത്ത് മെഡിസിന് ചേർക്കാനാണ് ഡാഡിയുടെ പ്ലാൻ എന്നുതോന്നുന്നു. എന്നാൽ അമ്മുവേടത്തി അത് സമ്മതിക്കാതെ എൻട്രൻസ് എഴു

തിയെടുത്തുകൊള്ളാം എന്നുപറയുന്നത് താൻ കേട്ടതാണ്. പിന്നെ എന്തിനായിരിക്കും ഡാഡി അമ്മുവേടത്തിയെ തല്ലിയത്.

വിഷ്ണു അങ്ങനെ ആലോചിച്ചുകൊണ്ടിരിക്കുമ്പോൾ

"എന്തെ അമ്മൂ, നേരം വെളിച്ചായിട്ടും ഇതുവരെ എഴുന്നേറ്റില്ലേ" എന്നുചോദിച്ച് മമ്മി അങ്ങോട്ടേയ്ക്ക് കടന്നുവന്നു.

"അമ്മുവേടത്തിക്കു നല്ല പനി. മമ്മി ഒന്ന് തൊട്ടുനോക്കിയേ"

മമ്മി അതുകേട്ട് അവളെ തൊട്ടുനോക്കി .

"ശരിയാണല്ലോ എന്റെ ദൈവേ..... അമ്മുവിന് നല്ല പനീണ്ടല്ലോ.... ഞാൻ ഡാഡിയോട് പോയി പറയട്ടെ"

മമ്മി ഡാഡിയുടെ മുറിയിലെക്കോടി.

ഡാഡിയുടെ മുറിയിലെത്തി മമ്മി പരിഭ്രമത്തോടെ പറഞ്ഞു. "കണ്ടില്ലേ അമ്മുവിന് നല്ല പനി. അവളെ ഹോസ്പിറ്റലിൽ കൊണ്ടുപോകണമെന്ന് തോന്നുന്നു. ഇപ്പോഴത്തെ പനിയൊന്നും വിശ്വസിക്കാൻ വയ്യ."

വിഷ്ണുവിനോട് താൻ പറഞ്ഞ കളവ് യാഥാർഥ്യമായല്ലോ എന്ന് ഡാഡി ഓർത്തു. അങ്ങനെ ഒരു കളവു അവനോട് പറയേണ്ടായിരുന്നു എന്ന് പിന്നീട് തോന്നി. എങ്കിലും ചിലതെല്ലാം ഒളിക്കുവാൻ തനിക്കപ്പോൾ അങ്ങനെ പറയേണ്ടിവന്നു. അത്തരത്തിലുള്ള കാര്യങ്ങളാണല്ലോ അവളൊപ്പിച്ചുവച്ചിരിക്കുന്നത്.

"ഉം എന്തുപറ്റി അമ്മുവിന് ഇപ്പോൾ പനി വരാൻ. അവൾ മഴയത്തെങ്ങാനും ഇറങ്ങി നടന്നു കാണും"

ഡാഡി അല്പം ദേഷ്യത്തോടെ പ്രതിവചിച്ചു.

അതുകേട്ട് മമ്മി ഡാഡിയെ കുറ്റപ്പെടുത്തുംമട്ടിൽ പറഞ്ഞു.

"അതിനു നിങ്ങൾ ഇന്നലെ അവളെ ഒരിക്കലുമില്ലാത്തതുപോലെ തല്ലിയില്ലേ. അതായിരിക്കാം അവൾക്കു പനിവരാൻ കാരണം."

അത്തരം കുരുത്തക്കേടുകളല്ലേ അവളൊപ്പിച്ചുവച്ചിരിക്കുന്നത്. പിന്നെങ്ങനെതല്ലാതിരിക്കും.

"ഏതായാലും നിങ്ങളൊന്നു വന്നു നോക്ക്. അവൾക്ക് നല്ല പനിയുണ്ട്."

ഡാഡി മുറിയിലെത്തി അമ്മുവേടത്തിയെ തൊട്ടുനോക്കി ഗൗരവത്തിൽ പറഞ്ഞു. "നല്ല പനിയുണ്ടല്ലോ. നീ ഇന്നലെ മഴ കൊണ്ടോ?"

"ഇല്ല ഡാഡി..." അമ്മുവേടത്തി തലേ ദിവസത്തെ അടിയോർത്ത് ഭയപ്പാടോടെ പറഞ്ഞു. ഡാഡി പെട്ടെന്നുതിരിഞ്ഞ് മമ്മിയെ നോക്കി.

"എനിക്ക് ഒമ്പതരക്ക് ബിസിനസ്സ് അസ്സോസിയേഷന്റെ ഒരു മീറ്റിങ്ങുണ്ട്. അതിനുപോകണം. നീ ജാനുവമ്മയെയും കൂട്ടി നമ്മുടെ കാറിൽപോയി ഇവളെ ഹോസ്പിറ്റലിൽ കൊണ്ടുപോയി കാണിക്ക്. അവിടെ നമ്മുടെ കുടുംബസുഹൃത്തായ ഡോക്ടർ രവീന്ദ്രനുണ്ടാകും. അദ്ദേഹം വിശദമായി പരിശോധിച്ച് മരുന്നുതരും."

"അല്ലെങ്കിലും എന്തത്യാവശ്യം പറയുമ്പോഴുമുണ്ട് നിങ്ങൾക്കൊരു ബിസ്സിനസ്സ് മീറ്റിങ്. ഞാൻ തനിയെ വീട്ടുകാര്യങ്ങൾ മുഴുവൻ നോക്കിക്കൊള്ളണം."

മമ്മി ആരോടെന്നില്ലാതെ പിറുപിറുത്തു.

ഡാഡി തിരികെ മുറിയിലേക്ക് നടന്നു. വിഷ്ണു അപ്പോൾ ഫ്ളാസ്കിൽ നിന്ന് വെള്ളം പകർന്ന് അമ്മുവിന് നൽകാൻ തുടങ്ങുകയായിരുന്നു.

വരണ്ട ചുണ്ടുകൾ നനച്ചുകൊണ്ട് അമ്മു പറഞ്ഞു. "വേഗം താ മോനെ...... വല്ലാതെ ദാഹിക്കുന്നു"

അവൻ അമ്മുവേടത്തിയുടെ സമീപമെത്തി വെള്ളം വായിലേക്ക് ഒരുസ്പൂൺകൊണ്ട് ഒഴിച്ചുകൊടുത്തു. അവന്റെ കൈതട്ടി അല്പം വെള്ളം ദേഹത്തുവീണു. അമ്മുവേടത്തി തനിയെ എഴുന്നേറ്റിരിക്കാൻ ശ്രമിച്ചു. അവൾക്കതിനു സാധിക്കാതെവന്നപ്പോൾ അവൻ മെല്ലെ പിടിച്ചെഴുന്നേല്പിച്ചു കിടക്കയിൽ ചാരി ഇരുത്തി. അപ്പോൾ അവിടെയെത്തിയ മമ്മി പറഞ്ഞു.

"ഞാൻ അവൾക്ക് വെള്ളം കൊടുത്തുകൊള്ളാം. മോൻ പോയി ഡ്രസ്സ് ചെയ്തുവരൂ. നമുക്ക് അമ്മുവിനെ ഹോസ്പിറ്റലിൽ കൊണ്ടുപോകണം.'' അതുകേട്ട് വിഷ്ണു കുളിച്ച് ഡ്രസ്സ് മാറുവാനായി തന്റെ മുറിയിലേക്ക് നടന്നു

കുളിക്കുമ്പോഴും, കുളികഴിഞ്ഞു തിരിച്ചെത്തിയപ്പോഴും വിഷ്ണുവിന്റെ മനസ്സിൽ ഒരുചോദ്യമാണ് ഉണ്ടായിരുന്നത്. എന്തായിരിക്കും ഏടത്തി തന്നിൽനിന്നും ഒളിക്കുന്നത്?.. ഇന്നുവരെ തന്നോട് മാത്രമേ ഏടത്തി എല്ലാം തുറന്നു പറഞ്ഞിട്ടുള്ളു. ഒരു കൊച്ചനുജൻ മാത്രമല്ല ഒരു കൊച്ചു കൂട്ടു

കാരൻ കൂടിയാണ് ഏടത്തിക്കു താൻ.. ജനാലക്കർട്ടൻ വിടർത്തി ചിന്താ ഭാരത്തോടെ അവൻ പുറത്തേക്കുനോക്കി. അവിടെ ഛിൽ ഛിൽ എന്നു പേരിട്ടു താൻ വിളിക്കുന്ന അണ്ണാൻ അത്തിമരത്തിൽ ചാടിക്കളിക്കുന്നതുകണ്ടു .

"ഹലോ ഛിൽ.. ഛിൽ.. ഹൌ ആർ യൂ.." അവൻ അണ്ണാനോട് കൗതുകപൂർവ്വം കുശലപ്രശ്നം നടത്തി. വിഷ്ണുവിന്റെ സ്വരത്തിൽ പണ്ടുണ്ടായിരുന്ന ഊർജം ഇല്ലാത്തതുകൊണ്ടാകാം അണ്ണാൻ അവനെയൊന്ന് സൂക്ഷിച്ചുനോക്കി. "എന്തുപറ്റി വിഷ്ണു?" എന്ന് ചോദിക്കുന്നതുപോലെ അവനു തോന്നി .

"നതിങ് മൈ ഡിയർ" അവൻ മെല്ലെ പ്രതിവചിച്ചു. അതുകേട്ട് അണ്ണാൻ സന്തോഷത്തോടെ അടുത്ത ചില്ലയിലേക്ക് ഓടിപ്പോയി. വിഷ്ണു താഴോട്ട് നോക്കി. അപ്പോൾ അവിടെ പുൽത്തകിടിയിൽ ഓടിക്കളിക്കുന്ന ടിറ്റുവിനെയും മിട്ടുവിനെയും കണ്ടു. തന്റെ പ്രിയപ്പെട്ട കൂട്ടുകാർ. അടുത്തുചെന്ന് അവരെ തഴുകാനും മടിയിലിരുത്തി കളിപ്പിക്കാനും, അവൻ മോഹിച്ചു. പക്ഷേ അമ്മുവേടത്തിയുടെ അസുഖത്തെക്കുറിച്ചോർത്തപ്പോൾ അവൻ അത് വേണ്ടെന്നുവച്ചു. അമ്മുവേടത്തിയുടെ അസുഖം മാറിയിട്ട് ഇനി എല്ലാമാകാം. എന്ന് വിചാരിച്ച് അവൻ അമ്മുവേടത്തിയുടെ മുറിയിലേക്ക് നടന്നു.

അപ്പോൾ മമ്മി അവളെ പതുക്കെ എഴുന്നേൽപ്പിച്ചിരുത്തി. ഒരു ഗ്ലാസിൽ വെള്ളംപകർന്ന് കുറേശ്ശേയായി വായിലേക്ക് ഒഴിച്ചുകൊടുത്തുകൊണ്ടിരുന്നു.

"നീ മഴ നനഞ്ഞായിരുന്നോ അമ്മൂ."

"ഇല്ല മമ്മി. ഞാൻ മഴയത്തൊന്നും പോയില്ലല്ലോ."

നിഷ്കളങ്കമായ അവളുടെ മറുപടി കേട്ടപ്പോൾ മമ്മിക്കൽപം വിഷമം തോന്നി.

"എങ്കിൽപ്പിന്നെ ഡാഡി തല്ലിയതിന്റെ ആയിരിക്കും. അതെങ്ങനെയാ ഉള്ള കുരുത്തക്കേട് മുഴുവൻ നീ ഒപ്പിച്ചുവെക്കുകയല്ലേ. പിന്നെങ്ങനെ ഡാഡിക്ക് ദേഷ്യം വരാതിരിക്കും. മമ്മി ദേഷ്യവും വിഷമവും കലർന്ന സ്വരത്തിൽ പറഞ്ഞു."

"ഞാൻ ഒരാളെ സ്നേഹിച്ചതാണോ മമ്മി ഇത്രവലിയ കുറ്റം."ക്ഷീണിച്ചതെങ്കിലും അമ്മുവിന്റെ വാക്കുകൾ ദൃഢമായിരുന്നു.

"അതിനു നിനക്കതിനുള്ള പ്രായമായിട്ടില്ലല്ലോ അമ്മൂ.. നിനക്ക് പതിനെട്ടുവയസ്സേ ആയിട്ടുള്ളൂ. ഇപ്പോൾ നീ പഠിക്കേണ്ട പ്രായമാണ്." പനിയായതു കൊണ്ട് അവളെ കൂടുതൽ പറഞ്ഞു വിഷമിപ്പിക്കേണ്ടെന്നു കരുതിയാവാം മമ്മി വായടക്കി. അമ്മുവും മമ്മിയുടെ വാദഗതികളെ ചെറുക്കാനാവാതെ മിണ്ടാതിരുന്നു. പിന്നെ മമ്മി ചുവരലമാരിയിൽ നിന്ന് ഒരുചുരിദാറും ഷാളും എടുത്തു അവളെ ധരിപ്പിച്ചു. ഈ സമയത്തു കുളികഴിഞ്ഞു ഡ്രെസ്സ് മാറിയെത്തിയ വിഷ്ണു അമ്മുവേടത്തിയുടെ മുറിയുടെ സമീപമെത്തിയിരുന്നു.

മമ്മിയും അമ്മുവേടത്തിയും തമ്മിലുള്ള സംഭാഷണം ശ്രദ്ധിച്ചുവെങ്കിലും അവനു കാര്യങ്ങൾ ഒന്നും മനസ്സിലായില്ല.

അമ്മുവേടത്തി തന്നെയല്ലാതെ മറ്റാരെയോ കൂടുതലായി സ്നേഹിക്കുന്നുണ്ടെന്ന് മാത്രമവന് മനസ്സിലായി. "അതാരായിരിക്കാം?"

അവൻ ചിന്തിച്ചു നോക്കി.

ഇനി ടോമിയെ ആയിരിക്കുമോ?.... അതോ ടിറ്റുവിനെയും, മിട്ടുവിനെയും ആയിരിക്കുമോ?.... അതോ തങ്ങൾ വളർത്തുന്ന മിയ എന്ന തത്തമ്മപ്പക്ഷിയെ ആയിരിക്കുമോ?.. അതോ താൻ കൂട്ടിലിട്ടു വളർത്തുന്ന നീലു, മിലു എന്ന് പേരിട്ടുവിളിക്കുന്ന പ്രാവുകളെ ആയിരിക്കുമോ?... അതോ പുഴയിറമ്പിൽ എന്നും വന്നിരിക്കാറുള്ള കാവതിക്കാക്കയെ ആയിരിക്കുമോ?......... ആ കാക്കക്ക് അമ്മുവേടത്തി എന്നും ആഹാരം കൊണ്ടുപോയി കൊടുക്കുന്നതു താൻ കണ്ടിട്ടുണ്ട്. ചോദിക്കുമ്പോൾ പറയുക മരിച്ചുപോയ വണ്ണാത്തിപാറുവമ്മയുടെ ആത്മാവാണതെന്നാണ്.

വിഴുപ്പുഭാണ്ഡം നിറയെ തുണികളും, നാടോടിക്കഥകളുമായി വന്നെത്താറുണ്ടായിരുന്ന വണ്ണാത്തിപാറു. അവർക്ക് ആഹാരം കൊടുത്താൽ പുണ്യം കിട്ടുമത്രേ. നല്ല ഒഴുക്കുള്ള ഭാഷയിൽ വ്യത്യസ്തശൈലിയിൽ അവർ പറയാറുണ്ടായിരുന്ന നാടോടിക്കഥകൾ കേട്ടിരിക്കാൻ ഒരുപ്രത്യേക രസം തന്നെയുണ്ടായിരുന്നു. എന്നും രാവിലെ മുഷിഞ്ഞ തുണികൾ ശേഖരിക്കാൻ അവർ വന്നെത്തും, പിന്നീട് പുഴക്കരയിൽ കൊണ്ടുപോയി അവ നനച്ചുണക്കി വൈകിട്ടാവുമ്പോൾ അതുമായി അവർ മടങ്ങിയെത്തും .

അപ്പോഴേക്കും വിദ്യാലയങ്ങളിൽനിന്ന് തങ്ങൾ രണ്ടുപേരും മടങ്ങിയെത്തിയിട്ടുണ്ടാകും .

അവർ വരുമ്പോൾ കഥകൾ കേൾക്കാൻ താനും അമ്മുവേടത്തിയും അവരുടെ സമീപം ചെന്നിരിക്കും. പിന്നെ കഥകളുടെ ഭാണ്ഡം തുറക്കുകയായി. അങ്ങനെ ഇരുന്നിരുന്നു സന്ധ്യയാകുമ്പോളവർ പറയും.

"ഇനി പാറുകൂടീലേക്ക് ചെല്ലട്ടെ മക്കളെ. നേരം മോന്തിയായി. കുടീലിപ്പോൾ മോനും മരുമോളും കൂടി പാറൂനെ പ്രാകാൻ തുടങ്ങിക്കാണും. വൈകിയാപ്പിന്നെ കഞ്ഞി തരൂല്ല. പാറു നാടുനീളെ നടന്ന് അവരെപ്പറ്റി പരദൂഷണം പറയുകയാത്രെ. മരുമോൾ ഓതിക്കൊടുത്തിട്ടിപ്പോ അവനും അതുതന്നെയാ പറേന്നെ. പാറൂന്റെ തലേലെഴുത്ത്. തലേലെഴുത്ത് മായ്ക്കാൻ ഒടെ തമ്പുരാനും കഴിയോ?"

വേച്ച് വേച്ച് നടന്നുപോകുന്ന വണ്ണാത്തിപ്പാറൂന്റെ രൂപം ഇന്നും മനസ്സിൽ നിന്നും മാഞ്ഞുപോയിട്ടില്ല. വണ്ണാത്തിപ്പാറു പട്ടിണി കിടന്നാണത്രെ ചത്തത്. വാർദ്ധക്യനാളുകളിൽ ജോലിചെയ്യാൻ വയ്യാതെ അവശയായി പുഴക്കരയിൽ കുത്തിയിരിക്കാറുണ്ടായിരുന്നു. അവർക്കെന്നും വൈകുന്നേരം അമ്മുവേടത്തി ഒരു നേരത്തെ ആഹാരം കൊണ്ടുപോയി കൊടുക്കുമായിരുന്നു. അതുകഴിച്ചവർ അല്പനാളുകൾകൂടി ജീവിച്ചു. പിന്നെ ഒരിക്കൽ കഥകളുറങ്ങിയിരുന്ന ആ ഹൃദയതാളം നിലച്ചു. പക്ഷെ വണ്ണാത്തിപ്പാറുവിന്റെ ആത്മാവ് തന്റെ കർമ്മമണ്ഡലം വിട്ട് എങ്ങുംപോകാൻ കൂട്ടാക്കിയില്ലത്രെ. പുഴക്കരയിൽ താൻ അടിച്ചുനനച്ചിരുന്ന കല്ലിൽ വന്നിരുന്ന് എന്നും കരയുന്ന കാവതികാക്ക വണ്ണാത്തിപ്പാറുവാണെന്ന് കണ്ടുപിടിച്ചത് അമ്മുവേടത്തിയാണ്. അതോടെ അമ്മുവേടത്തി തന്റെ ആഹാരത്തിൽ ഒരുപങ്ക് പുഴക്കരയിലെ കാക്കക്കും കൊടുക്കുക പതിവാക്കി. തങ്ങളോട് ഇണങ്ങിക്കഴിഞ്ഞ അതിന്റെ കഴുത്തിൽ ഒരിക്കൽ ഒരു മണി കെട്ടിയതും അമ്മുവേടത്തിയാണ്. ആ കാവതിക്കാക്കയെ ആയിരിക്കുമോ അമ്മുവേടത്തി തന്നെക്കാൾ കൂടുതലായി സ്നേഹിക്കുന്നത്. ഏതായാലും എല്ലാം അമ്മുവേടത്തി പറഞ്ഞാൽ മാത്രമേ തനിക്കറിയൂ. അവന് അമ്മുവേടത്തി ഒളിച്ചു വക്കുന്ന രഹസ്യം അമ്മുവേടത്തിയുടെ വായിൽനിന്ന് തന്നെ കേൾക്കണമായിരുന്നു.

****

5

ഹോസ്പിറ്റലിൽ അമ്മുവിനെ ഡോക്ടർ പരിശോധിച്ച് ഏതാനും മരുന്നുകൾ കുറിച്ചുകൊടുത്തു. ഹോസ്പിറ്റലിൽനിന്നും തിരിക്കുമ്പോൾ പനി കുറഞ്ഞിരുന്നു.

എങ്കിലും എപ്പോഴും ചിരിച്ചുമാത്രം കാണാറുള്ള കണ്ണുകളിൽ ഏതോ വേദന തങ്ങിനിന്നിരുന്നു.

അതൊരുപക്ഷെ ഡാഡി തല്ലിയതിന്റെ വേദന കൊണ്ടായിരിക്കുമെന്നു വിഷ്ണു കരുതി. എങ്കിലും ഇത്രയും മുതിർന്ന അമ്മുവേടത്തിയെ എന്തിനായിരിക്കും ഡാഡി തല്ലിയത്. ആരെയെങ്കിലും സ്നേഹിച്ചതിന്റെ പേരിൽ ആരെങ്കിലും മറ്റുള്ളവരെ തല്ലുമോ. അതുമാത്രം അവനെത്ര ആലോചിച്ചിട്ടും പിടികിട്ടിയില്ല.

അന്ന് വീട്ടിലെത്തി മുഴുവൻ സമയവും അമ്മുവേടത്തി കിടപ്പിലായിരുന്നു. ഇടക്ക് ആവശ്യപ്പെട്ടപ്രകാരം അവൻ മരുന്ന് എടുത്തുനൽകി. അപ്പോഴെല്ലാം അവനെ വാത്സല്യപൂർവ്വം നോക്കിയതല്ലാതെ ഒന്നുമുരിയാടിയില്ല.

അമ്മുവേടത്തിയുടെ മൊബൈൽഫോൺ എവിടെയെന്ന ചോദ്യത്തിന് അത് ഡാഡി എടുത്തുവച്ചിരിക്കുകയാണെന്ന മറുപടികിട്ടി. വിഷ്ണുവിനെ സംബന്ധിച്ച് അതെല്ലാം അല്പം അതിശയോക്തിയായിരുന്നു. ശരിക്കും ഡാഡിയുടെ വാത്സല്യഭാജനമാണ് അമ്മുവേടത്തി. ഒരുപക്ഷെ തന്നേക്കാളേറെ ഡാഡിക്ക് സ്നേഹം അമ്മുവേടത്തിയോടാണെന്നു പലപ്പോഴും തോന്നിയിട്ടുണ്ട്.

അമ്മുവേടത്തിക്ക് സുഖമില്ലാതെ ആയത് വിഷ്ണുവിനെ വല്ലാതെ ഒറ്റപ്പെടുത്തി. അപ്പോഴാണ് വിഷ്ണു അച്ഛമ്മയെ ഓർത്തത്. താൻവന്നിട്ട് ഇതുവരെ അച്ഛമ്മയെ കണ്ടില്ല. അച്ഛമ്മ മങ്ങാട്ടുള്ള ഇളയച്ഛന്റെ അടുത്തേക്കുപോയിട്ട് ഏതാനും

ദിവസമായിയെന്ന് മമ്മി പറഞ്ഞു. മൂത്ത മകനായ ഡാഡിയുടെ അടുത്താണ് സ്ഥിരതാമസം.

എങ്കിലും, ഇടയ്ക്കെല്ലാം അച്ഛമ്മക്ക് അങ്ങനെയൊരു യാത്ര പതിവു ള്ളതാണ്. വയസ്സായെങ്കിലും അച്ഛമ്മയുടെ ആരോഗ്യത്തിന് ഒരു കോട്ടവുമില്ല. മാത്രമല്ല അച്ഛമ്മ യാത്രകൾ ഏറെ ഇഷ്ടപ്പെട്ടിരുന്നു. അന്ന് വൈകുന്നേരം അച്ഛമ്മ ഇളയച്ഛന്റെ അടുത്തുനിന്നും മടങ്ങിയെത്തി. കൂടെ ഇളയച്ഛനും ഇളയമ്മയും മാളുചേച്ചിയും അപ്പുവും. അവർ അച്ഛമ്മയുടെ സപ്തതി ആഘോഷത്തിന് അച്ഛമ്മയെക്കൂട്ടി വന്നതാണ്.

പിറ്റേന്നാണ് സപ്തതി ആഘോഷം. അതിനു ബന്ധുക്കൾ പലരും വന്നെത്തുമെന്ന് അമ്മുവേടത്തി പറഞ്ഞ് അവനറിഞ്ഞിരുന്നു.

വിഷ്ണുവിനെ കണ്ടയുടനെ അച്ഛമ്മ അവനെ അടുത്തുവിളിച്ചു ചേർത്തുനിർത്തി. എന്നിട്ടു വാത്സല്യപൂർവ്വം പറഞ്ഞു.

"എത്ര നാളായി എന്റെ വിഷ്ണു നിന്നെകണ്ടിട്ട്. നീയങ്ങട് ക്ഷീണിച്ചുപോയല്ലോടാ മോനെ."

"അതമ്മെ, അവൻ പഠിച്ചു ക്ഷീണിക്കുന്നതാ. ഏഴാംക്ലാസ്സിലാണെങ്കിലും അവനിപ്പോൾ ധാരാളം പഠിക്കാനുണ്ടല്ലോ. മാത്രമല്ല ഊട്ടിയിലെ സ്കൂളിൽ ചേർത്തതിൽപ്പിന്നെ അവൻ പഠിക്കാൻ ബഹുമിടുക്കനാണ്. അവനിപ്പോൾ സ്കൂൾഫസ്റ്റ് ആണ്. " ഡാഡിയുടെ മറുപടി.

"എല്ലാം കൊള്ളാം. ഇല്ലാത്തഭാരം അടിച്ചേൽപ്പിച്ചു എന്റെ കുഞ്ഞിനെ നിങ്ങൾ ഇല്ലാതാക്കിയേക്കരുത്. അവനുവേണ്ടതും അതിൽ ക്കൂടുതലും നീയുണ്ടാക്കണുണ്ടല്ലോ. പിന്നെ അവൻ പഠിച്ചുകലക്കീറായിട്ടിപ്പോഴെന്തിനാ. നിന്റെ കൂടെ ബിസിനസ്സിൽ അവൻ സഹായിച്ചാൽപ്പോരേ."

"അതൊക്കെ ശരിയാ അമ്മെ. പക്ഷെ ഇന്നത്തെക്കാലത്തു നല്ല വിദ്യാഭ്യാസമില്ലാതെ ഒരു കാര്യവുമില്ല. അവനെ ഒരുനല്ല എഞ്ചിനീയറാക്കണമെന്നാ എന്റെ മോഹം. അമ്മുവിനെ ഡോക്ടറും." അപ്പോഴാണ് അച്ഛമ്മ അമ്മുവേടത്തിയുടെ കാര്യം ഓർത്തത്.

"അല്ല, അമ്മു എവിടെ? ഞാൻ വന്നിട്ട് അവളെ ഇതുവരെ കണ്ടില്യാലോ."

"അമ്മുവേടത്തിക്ക്പനിയാ അച്ഛമ്മേ" വിഷ്ണു പറഞ്ഞു.

"പനിയോ ശിവ... ശിവ..... എന്നിട്ട് അവളെ ഡോക്ടറെക്കാണിച്ചില്ലേ?"

മമ്മി അമ്മുവേടത്തിയെ ഹോസ്പിറ്റലിൽ കൊണ്ടുപോയിക്കാണിച്ചു മരുന്ന് വാങ്ങിക്കൊടുത്ത കാര്യം പറഞ്ഞു. അപ്പോൾ അച്ഛമ്മക്ക് അമ്മുവേടത്തിയെ കാണണമെന്നായി.

വിഷ്ണുവിനെ ചേർത്തുപിടിച്ച് അച്ഛമ്മ അമ്മുവേടത്തിയുടെ മുറിയിലേക്ക് നടന്നു. ഏതോ ആലോചനയിൽ മുഴുകി തന്റെ കിടക്കയിൽ എഴുന്നേറ്റിരിക്കുകയായിരുന്ന അമ്മുവേടത്തിയെ തൊട്ടുനോക്കി അച്ഛമ്മ പറഞ്ഞു.

"പനി കുറഞ്ഞിട്ടുണ്ടല്ലോ അമ്മൂ. ഏതായാലും ഇന്നുംകൂടി വിശ്രമിച്ചോളൂ... നാളെ എന്റെ സപ്തതിയാ. ഓർമേണ്ടല്ലോ നിനക്ക്. നാളെ നമ്മുടെ ആൾക്കാരെല്ലാം ഇവിടെ എത്തണുണ്ട്"

അവൾ വിഷാദമഗ്നമായ ഒരുപുഞ്ചിരിയോടെ അച്ഛമ്മ പറയുന്നത് കേട്ടിരുന്നു.

"എന്തുപറ്റി അമ്മൂ. ഒരു പനി വന്നപ്പളേക്കും എന്റെ കുട്ടിയുടെ ഉത്സാഹമെല്ലാം കെട്ടുപോയോ. നീ ഇങ്ങനെയായിരുന്നില്ലല്ലോ അമ്മൂ.. എത്ര ചൊടിയുള്ള കുട്ടിയായിരുന്നൂ നീയ്യ്."

ശരിയാണ്... വിഷ്ണുവും അതുതന്നെ ഓർക്കുകയായിരുന്നു, ഒരു പൂമ്പാറ്റയെപ്പോലെ പാറി നടന്നിരുന്ന തന്റെ അമ്മുവേടത്തിക്കു എന്തു പറ്റി എന്ന്. ഇപ്പോൾ അമ്മുവേടത്തിയുടെ കണ്ണുകളിൽ നീർ നിറഞ്ഞിരിക്കുന്നത് അവൻ കണ്ടു. എങ്കിലും അതുമറയ്ക്കാനെന്നോണം പറഞ്ഞു.

"ഒന്നുമില്ല അച്ഛമ്മേ. പനി മാറുമ്പോൾ എന്റെ ഉത്സാഹമെല്ലാം മടങ്ങിയെത്തും."

അമ്മുവേടത്തി പുഞ്ചിരിക്കാൻ ശ്രമിച്ചു. അമ്മുവേടത്തിയുടെ തലയിൽ തലോടിക്കൊണ്ട് അച്ഛമ്മ പറഞ്ഞു

"ഈശ്വരന്മാര് എന്റെ കുട്ടിയുടെ അസുഖമെല്ലാം വേഗം ഭേദാക്കൂട്ടോ.. മോള് വിഷമിക്കേണ്ട. നാളെ അമ്മുവായിരിക്കണം എന്റെ പുറന്നാൾ കൊണ്ടാടാൻ മുന്നിലുണ്ടാവേണ്ടത്."

"ശരി അച്ഛമ്മേ. നാളെ ഞാൻ മിടുക്കിയായി അച്ഛമ്മയുടെ കൂടെത്തന്നെയുണ്ടാവും."

അവളുടെ വാക്കുകൾ അച്ഛമ്മയോടോപ്പം വിഷ്ണുവിനെയും സന്തോഷിപ്പിച്ചു. വിഷ്ണുവിന്റെ കൈപിടിച്ചു അച്ഛമ്മ മുറിക്കു പുറത്തിറങ്ങി. നടക്കുന്നതിനിടയിൽ അച്ഛമ്മ പറഞ്ഞു.

“വിഷ്ണു നീ അമ്മൂന്റെ കൂടെത്തന്നെയുണ്ടാവണം ട്ടോ. പാവം അമ്മൂ. ഒരു പനി വന്നപ്പളേക്കും എന്റെ കുട്ടിയുടെ ചൊടിയെല്ലാം പൊയ്പ്പോയി. എത്ര സന്തോഷായിട്ട് ഓടിനടന്നിരുന്ന കുട്ടിയാ.” അച്ഛമ്മ നെടുവീർപ്പിട്ടു . .

അമ്മുവേടത്തിയെ വിഷമിപ്പിക്കുന്നത് പനിയല്ലെന്ന് വിഷ്ണു ഊഹിച്ചിരുന്നു. അവൻ ഒന്നും മിണ്ടാതെ അച്ഛമ്മ പറയുന്നത് കേട്ടിരുന്നു.

“നീ അമ്മൂന്റെ മുറിയിലേക്ക് ചെന്നോളുകുട്ട്യേ. ഞാൻ അടുക്കളയിലേക്കൊന്നു ചെല്ലട്ടെ. അവിടെ നിന്റെ മമ്മിയും, ജാനുവും കൂടി എന്തൊക്കെയാ സ്വരുക്കൂട്ടണേന്നറിയണോല്ലോ”

അച്ഛമ്മ അടുക്കളയിലേക്കു നടന്നു. അവൻ അപ്പോൾ അമ്മുവേടത്തിയുടെ മുറിയിലേക്കുചെന്നു. അമ്മുവേടത്തി അവനെക്കണ്ടു മെല്ലെ ചിരിച്ചു. എന്നിട്ടു ചോദിച്ചു.

“എന്താ വിഷ്ണു നിനക്കൊരു പിണക്കംപോലെ. ഇത്തവണ വന്നിട്ട് നീ എന്നോടൊന്നും പറഞ്ഞില്ലാലോ.”

“അത് അമ്മുവേടത്തിക്കു പനിയല്ലായിരുന്നോ. പിന്നെങ്ങനെയാ ഞാൻ മിണ്ടുക. അതുമല്ല ഇപ്പോൾ എന്നെ വേണ്ടാലോ. അമ്മുവേടത്തിക്കു മറ്റാരോ കൂട്ടുണ്ടല്ലോ അല്ലെ?”

“നിന്നോടിതാരുപറഞ്ഞു വിഷ്ണു. നീയല്ലാതെ എനിക്കാരാ കൂട്ട്.”

“വേണ്ട.. വേണ്ട.. അമ്മുവേടത്തി എന്നോടൊന്നും ഒളിക്കേണ്ട. മമ്മിയോട് അമ്മുവേടത്തി പറയുന്നത് ഞാൻ കേട്ടൂലോ.. അമ്മുവേടത്തി മറ്റാരെയോ സ്നേഹിക്കുന്നുണ്ടെന്ന്.”

പെട്ടെന്നവളുടെ ഭാവം മാറി. വിഷാദം തളംകെട്ടിയ കണ്ണുകളോടെ വിഷ്ണുവിനോട് പറഞ്ഞു.

“ശരിയാ വിഷ്ണു, മോനോടു ചിലതെല്ലാം പറയാനുണ്ട്. നിനക്കറിയാല്ലോ എനിക്കു നിന്നെ ഒളിച്ചു ഒന്നും ഇല്ലാന്ന്. നാളത്തെ സപ്തതി കഴിഞ്ഞ് ആൾക്കാ

രെല്ലാം പിരിഞ്ഞോട്ടെ. അപ്പോൾ ഞാൻ എല്ലാം പറയാം. എനിക്ക് മോന്റെ സഹായം ആവശ്യണ്ട്."

അതുകേട്ടപ്പോൾ വിഷ്ണുവിന് സന്തോഷമായി. പെട്ടെന്ന് മുറിയിലേക്ക് മാളുവേടത്തിയും അപ്പുവും കയറിവന്നു. മാളുവേടത്തി അമ്മുവേടത്തിയോട് വിശേഷങ്ങൾ പങ്കിട്ടപ്പോൾ അപ്പു വിഷ്ണുവിന്റെ കൈപിടിച്ചു പറഞ്ഞു

"വാ വിഷ്ണു, നമുക്ക് പുറത്തുപോയി കളിക്കാം."

അവൻ അമ്മുവേടത്തിയുടെ മുഖത്തേക്ക് അനുവാദത്തിനായി നോക്കി.

"നിങ്ങൾ രണ്ടുപേരും പുറത്തുപോയി കളിച്ചോളു വിഷ്ണു. ഞാനും മാളുവും അല്പം വിശേഷങ്ങൾ പറയട്ടെ."

അമ്മുവേടത്തിയുടെ അനുവാദം കിട്ടിയതോടെ വിഷ്ണു അപ്പുവിന്റെ കൈപിടിച്ചു പുറത്തേക്കോടി....

ഓടുന്നതിനിടയിൽ വിഷ്ണു, "ഞാനിപ്പം വരാം. അപ്പു ഇവിടെ നിന്നോളൂ."

അപ്പുവിനെ പൂമുഖത്തു നിർത്തി വിഷ്ണു അടുക്കളയിലേക്കു പോയി. അവിടെ അരി സൂക്ഷിച്ചിരുന്ന പാത്രത്തിൽനിന്നും കുറച്ചരിയെടുത്തു ഒരു കടലാസ്സിൽ പൊതിഞ്ഞു പോക്കറ്റിൽ നിക്ഷേപിച്ചു.

അതുകണ്ടു ജാനുവമ്മ അന്വേഷിച്ചു "എന്തിനാ കുഞ്ഞേ അരി."

"അത് പക്ഷികൾക്കും മറ്റും കൊടുക്കാനാ ജാനുവമ്മേ"

"ഓ... ഇത്രനാളും അവറ്റ കുഞ്ഞിനെക്കാണാതെ വിഷമിച്ചു കാണും. വേഗം ചെല്ല്. കുഞ്ഞിനെക്കണ്ട് അതുങ്ങളെല്ലാം സന്തോഷിക്കട്ടെ,"

"എനിക്കും അവരെയെല്ലാം കാണാഞ്ഞിട്ട് വലിയ വിഷമമായിരുന്നു ജാനുവമ്മേ"

ജാനുവമ്മയെ നോക്കി ചിരിച്ചുകൊണ്ട് വിഷ്ണു അവിടെനിന്നും ഓടി പൂമുഖത്തെത്തി.

"നമുക്കിനി പോകാം വിഷ്ണു," അപ്പുവിന്റെ കൈപിടിച്ച് മുന്നോട്ടോടി. അവർ ഓടിയെത്തിയത് പൂന്തോട്ടത്തിലായിരുന്നു. അവിടെ എത്തിയതോടെ ടോമി അവരുടെ പുറകെ കൂടി. അവൻ ആഹ്ളാദസൂചകമായി വാലാട്ടിക്കൊണ്ട് വിഷ്ണുവിന്റെ പുറകെ

ചെന്ന്, അവനെ മുട്ടിയുരുമ്മി സ്നേഹം പ്രകടിപ്പിച്ചുകൊണ്ട്, മെല്ലെ കുരച്ചു. ഇത്രയും ദിവസം എവിടെയായിരുന്നുവെന്ന് ടോമി അവനോടു ചോദിക്കുന്നതുപോലെ തോന്നി. വിഷ്ണുവാകട്ടെ ടോമിയെ അടുത്തു വിളിച്ച് തലോടിക്കൊണ്ടു പറഞ്ഞു. "ഞാൻ സ്ക്കൂളിൽ പോയതല്ലേടാ. ഇനി കുറച്ചുദിവസം ഞാനിവിടെയുണ്ടാകും. നമുക്ക് ഒത്തിരി കളിക്കണം."

അല്പമകലെ പുൽത്തകിടിയിൽ ഓടിക്കളിക്കുന്ന ടിറ്റു, മിട്ടു എന്നീ മുയൽക്കുട്ടികൾ അപ്പുവിന്റെ ശ്രദ്ധയിൽപ്പെട്ടു.

"ഹായ്, എന്തുരസമാണ് ആ മുയൽക്കുട്ടികളെ കാണാൻ",

അപ്പു അവയുടെ സമീപം ഓടിയെത്തി. ടിറ്റുവിനേയും മിട്ടുവിനേയും പിടിക്കാൻ നോക്കിയെങ്കിലും അപ്പു ചെന്നപ്പോൾ അവ പേടിച്ച് ഓടിമാറി. ഇതുകണ്ട് വിഷ്ണു വിളിച്ചുപറഞ്ഞു.

"പേടിക്കേണ്ട ടിട്ടു, മിട്ടു.... അപ്പു എന്റെ അനിയനാണ്. അവൻ നിങ്ങളെ ഒന്നും ചെയ്യുകയില്ല."

വിഷ്ണു അവയുടെ സമീപംചെന്ന് ടിറ്റുവിനെയും മിട്ടുവിനേയും കൈകളിലെടുത്ത് ഓമനിക്കാൻ തുടങ്ങി

എന്നിട്ടവൻ അവയെ അപ്പുവിന്റെ കൈകളിലേക്ക് വച്ചുകൊടുത്തു. അപ്പു കുറച്ചുനേരം അവയെ മടിയിലിരുത്തി തഴുകി. അല്പംകഴിഞ്ഞ് ചുറ്റും കണ്ണോടിച്ച് പറഞ്ഞു."എന്തുരസമാണ് വിഷ്ണു ഈസ്ഥലം കാണാൻ. ഇവിടെ ചുറ്റുമുള്ള കൃഷി സ്ഥലമൊക്കെ നിങ്ങളുടേതാണോ"

"അതെല്ലോ അപ്പു.. ഇത് ഏകദേശം പതിനെട്ട് ഏക്കറോളം ഉണ്ട്. എന്റെ ഡാഡി ഇവിടെ റബ്ബറും ജാതിയും വാഴയുമൊക്കെ കൃഷിചെയ്യുന്നു. അതൊക്കെ നോക്കാൻ കുറെ ജോലിക്കാരുണ്ട്."

"പിന്നെ ഇവിടെ ഇടയ്ക്കിടയ്ക്ക് ഫോറിനേഴ്സും നാട്ടിലെ ചില ഫാമിലികളും വന്നുതാമസിക്കാറുണ്ട്. ഡാഡി അവർക്ക് വാടകയ്ക്ക് താമസിക്കാൻ കുറെ റൂമുകൾ പണിതിട്ടുണ്ട്. നീ കണ്ടില്ലേ ആ ബിൽഡിംഗുകൾ എല്ലാം അതാണ്." അവൻ ചൂണ്ടിക്കാണിച്ചിടത്തേക്ക് അപ്പു നോക്കി. കുറച്ചകലെയായി അവൻ ഏതാനും ചില ഇരുനിലക്കെട്ടിടങ്ങൾ കണ്ടു.

അതിനുള്ളിൽ സ്വിമ്മിംഗ്പൂളും, ആയുർവ്വേദ ട്രീറ്റ്മെന്റ് സെന്ററും, മസ്സാജ് പാർലറും മറ്റും ഉണ്ട്

"ഇതൊരു റിസോർട്ട് ആണല്ലേ വിഷ്ണു. ആളുകൾക്ക് സുഖവാസത്തിനുള്ള സ്ഥലം"

"അതെ അപ്പു. എല്ലാം ഡാഡിയുടെ ബിസിനസ്സാണ്. ബിസിനസ്സിൻെറ ഭാഗമായി ഡാഡി പുഴക്കരയിൽ മത്സ്യക്കൃഷിയും ചെയ്യുന്നുണ്ട്. ടാങ്കിൽ അലങ്കാരമത്സ്യങ്ങളും ഉണ്ട്. നല്ല ഭംഗിയുള്ള സ്വർണ്ണമത്സ്യങ്ങൾ. നിനക്കു കാണണോ."

"ങാ വേണം വിഷ്ണു. നമുക്കു പുഴക്കരയിലേക്കുപോകാം." അപ്പു മുയലുകളെ മടിയിൽനിന്നും താഴെനിർത്തി.

"ഇനി നിങ്ങൾപോയി കളിച്ചോളൂട്ടോ. ഞങ്ങൾ പുഴക്കരയിൽപോയി മീനുകളെ കണ്ടിട്ട് വരാം."

അവൻ വിഷ്ണുവിന്റെ കൈയിൽ പിടിച്ചു. രണ്ടുപേരുംകൂടി പുഴക്കരയിലേക്ക് ഓടിത്തുടങ്ങി. ഓടുന്നതിനിടയ്ക്ക് അപ്പു അല്പം ദൂരേക്ക് കൈചൂണ്ടി പറഞ്ഞു.

"ഹായ്, അവിടെ കുറെ പക്ഷികൾ"

"ഓ... ഞാനെന്റെ നീലുവിനേയും മാലുവിനേയും മറ്റുപക്ഷികളേയുമൊക്കെ മറന്നു. നമുക്ക് അവയുടെ അടുത്തേക്ക് പോകാം അപ്പു."

"നീ പക്ഷികൾക്കും പേരിട്ടിട്ടുണ്ടല്ലേ. കൊള്ളാമല്ലോ അത്..."

അപ്പു പറയുന്നതുകേട്ട് വിഷ്ണു ചിരിച്ചു.

"എനിക്കെന്തിഷ്ടമാണെന്നോ ഇവരെയെല്ലാം. ഈപക്ഷികളും മരങ്ങളുമെല്ലാം എന്റെ കൂട്ടുകാരാണ്. അതുകൊണ്ടാണ് ഞാൻ അവയെയെല്ലാം പേരിട്ടുവിളിക്കുന്നത്."

വിഷ്ണു പറയുന്നതെല്ലാം അപ്പു കൗതുകത്തോടെ കേട്ടു.

അപ്പോഴേക്കും അവർ പക്ഷികളെ പാർപ്പിച്ചിരിക്കുന്ന കൂടുകളുടെ അടുത്തെത്തി. മൂന്നു നാലു കൂടുകളിലായി നിറയെ ലൗവ് ബർഡ്സിനെയും, തത്തകളേയും പ്രാവുകളേയും മറ്റും പാർപ്പിച്ചിരിക്കുന്നത് അപ്പു കണ്ടു.

"ഇവയ്ക്കെല്ലാറ്റിനും ഞാൻ ഓരോ പേര് ഇട്ടിട്ടുണ്ട്. ഞാൻ പേര് ചൊല്ലിവിളിച്ചാൽ അവയെല്ലാം എന്നെ നോക്കും."

വിഷ്ണു കൂടുകളുടെ സമീപമെത്തി. അവ ഓരോന്നിന്റേയും പേര് ചൊല്ലിവിളിച്ചു. പക്ഷികൾ വിഷ്ണുവിനെക്കണ്ടു ആഹ്ളാദത്തോടെ ഉച്ച ത്തിൽ ചിലച്ചുകൊണ്ട് അഴികൾക്ക് അടുത്തെത്തി. വിഷ്ണു പോക്കറ്റിൽ കരുതിയിരുന്ന അരിമണികൾ അവക്ക് വിതറിയിട്ടുകൊടുത്തു. പിന്നെ അവൻ പ്രാവുകളെ പാർപ്പിച്ചിരിക്കുന്ന കൂടുകളുടെ സമീപമെത്തി. കൂടു തുറന്നു അവയിലൊന്നിനെ കൈയ്യിലെടുത്ത് നീലൂ എന്ന് പേരുചൊല്ലി വിളിച്ച്, മെല്ലെതഴുകി. ചിറകിനരികിൽ ഞൊറിവുകളുള്ള മനോഹരമായ ആ വെള്ളപ്രാവ് വിഷ്ണുവിന്റെ കൈയിൽ ഇണക്കത്തോടെ ഇരുന്നു..

"എനിക്കും പ്രാവിനെ കയ്യിലെടുക്കണം" അപ്പു പറഞ്ഞു.

"നീ മറ്റേതിനെ കയ്യിലെടുത്തോളൂ"

അപ്പു കൈ നീട്ടിയെങ്കിലും പ്രാവ് അകന്നുമാറിക്കളഞ്ഞു. അതുകണ്ട് വിഷ്ണു അതിനെ കയ്യിലെടുത്ത് തലോടിക്കൊണ്ട് പറ ഞ്ഞു."എന്തിനാ മാലൂ നീ പേടിക്കുന്നത്. അപ്പു നിന്നെ ഒന്നും ചെയ്യുക യില്ല"

വിഷ്ണു അപ്പുവിന്റെ കൈയിൽ മാലുവിനെ വച്ചുകൊടുത്തു. അപ്പുവിനു സന്തോഷമായി. അവനും അതിനെ മെല്ലെ തലോടി ക്കൊണ്ടുപറഞ്ഞു. "നീ ഭാഗ്യവാനാ വിഷ്ണു. നിനക്കിതിനെയെല്ലാം എപ്പോഴും കണ്ടുകൊണ്ടിരിക്കാമല്ലോ."?

"അതെങ്ങനെയാ അപ്പു?... രണ്ടുദിവസം കഴിഞ്ഞാൽ എനിക്ക് ബോർഡിംഗിലേക്ക് തിരിച്ചുപോകണ്ടേ? അപ്പോൾ ഇവരെല്ലാം എനിക്ക് ഒരുപാടു മിസ്സാകും."

"നീ ഡാഡിയോടു പറയ് നിനക്കി വിടെത്തന്നെ നിന്നാൽ മതിയെന്ന്. ഞാനാ ണെങ്കിൽ ഇവരെയൊന്നും വിട്ട് എങ്ങും പോകില്ലായിരുന്നു."

"ഡാഡി സമ്മതിക്കുകയില്ല അപ്പു. ഞാൻ ബോർഡിംഗിൽ വളർന്നാലെ അച്ച ടക്കം പഠിക്കുകയുള്ളൂവത്രെ. ഇപ്പോൾ ത്തന്നെ സമയം ഒരുപാടായി. ഡാഡി വരാറാ യിട്ടുണ്ട്. ഡാഡി കണ്ടാൽ വഴക്കുപറയും, പഠിക്കാതെ കളിച്ചുനടക്കുന്നതിന്. ഡാഡി ക്ക് ഞാനെപ്പോഴും പഠിക്കുന്നത് കണ്ടാൽ മതി."

"എന്റെ ഡാഡി അങ്ങനെയൊന്നും എന്നോട് പറയാറില്ല. ഞാൻ മാർക്ക് കുറച്ചു വാങ്ങിയാലും എന്നെ തലോടിക്കൊണ്ട്, അടുത്ത പ്രാവശ്യം കൂടുതൽ മാർക്ക് വാങ്ങിക്കണം കുട്ടാ എന്നുപറയുകയേ ഉള്ളൂ. എത്ര സ്നേഹമുള്ള ആളാണെന്നോ എന്റെ ഡാഡി."

അപ്പു പറയുന്നതു കേട്ടപ്പോൾ വിഷ്ണുവിന് തന്റെ ഡാഡി കർക്കശക്കാരനായതിൽ സങ്കടം തോന്നി. എങ്കിലും അവൻ പറഞ്ഞതിങ്ങ നെയാണ്.

"ഞാൻ പഠിച്ചു ഡാഡിയെക്കാൾ വലിയ ആളാകണമെന്നാണ് ഡാഡിയുടെ ആഗ്രഹം. അതുകൊണ്ടാണ്, ഇത്രകർശനക്കാരനായത്"

"അതുശരിയാണ് വിഷ്ണു. ഡാഡിയും മമ്മിയുമൊക്കെ നമ്മുടെ നന്മയ്ക്കുവേണ്ടിയാണ് പറയുന്നത്. അതുനമ്മൾ അനുസരിക്കണം."

വിഷ്ണു അതുകേട്ട് തലകുലുക്കി.. പെട്ടെന്ന് ആകാശത്തേക്ക് നോക്കിയിട്ട് വിഷ്ണു പറഞ്ഞു."

"എങ്കിൽ നമുക്ക് തിരിച്ചുപോയാലോ അപ്പു. നല്ലമഴക്കോള് കാണുന്നുണ്ട്."

കാർമേഘങ്ങൾ ഒരുനല്ല മഴയ്ക്കുള്ള വെടിവട്ടവുമായി ആകാശ ത്തപ്പോൾ ഉരുണ്ടുകൂടിത്തുടങ്ങിയിരുന്നു.

"നമുക്ക് പുഴവക്കത്തുകൂടി പോയിട്ട് പോകാം വിഷ്ണു. നീയല്ലേ പറഞ്ഞത് നിന്റെ ഡാഡി വളർത്തുന്ന സ്വർണ്ണമത്സ്യങ്ങളെ കാണിച്ചു തരാമെന്ന്"

"ശരിയാണ്. എങ്കിൽ നമുക്കതിനെക്കൂടി കണ്ടിട്ടുപോകാം."

അവൻ പ്രാവിനെ കൂട്ടിലാക്കി.

"ഞങ്ങൾ പുഴക്കരയിൽ പോയിട്ടു വരാം. നിങ്ങൾ അരിമണി കൊത്തിതിന്ന് ഇവിടെ ഇരുന്നോളൂ"

പ്രാവുകൾ മനസ്സില്ലാമനസ്സോടെ വിഷ്ണുവിൽനിന്നും വേർപെട്ട് കൂട്ടിലി രുന്നു. വിഷ്ണുവിനെ പിരിയുമ്പോൾ അവ യുടെ കണ്ണുകളിൽ ദുഃഖം തളംകെട്ടി .

അവർ ഇരുവരും പുഴക്കരയിലേക്ക് ഓടി. അവിടെ ടാങ്കിൽ വളർത്തുന്ന മത്സ്യ ങ്ങളെ കണ്ടു. പുഴക്കരയിൽ ഏതാനും കുട്ടി കൾ ഫുട്ബോൾ കളിക്കുന്നുണ്ടായിരുന്നു. അവർക്കിരുവർക്കും ആ കുട്ടികളോടൊത്ത് ഫുട്ബോൾ കളിക്കാൻ ആഗ്രഹമുണ്ടായി.

അപ്പു അവരോടൊപ്പം കളിക്കാൻ വിഷ്ണുവിനെ നിർബ്ബന്ധിച്ചു.

ഡാഡിയുടെ താക്കീത് വിഷ്ണുവിന്റെ മനസ്സിൽ ഓടിയെത്തി.

"ഡാഡി വഴക്കുപറയും അപ്പു. അവരെല്ലാം ലോക്ലാസ്സിൽപ്പെട്ടവരാണത്രെ."

"ലോക്ലാസ്സോ എന്നുവച്ചാലെന്താണ് വിഷ്ണു ...."?

അപ്പുവിന്റെ ചോദ്യം വിഷ്ണുവിനെ കുഴക്കി.

"അത് ലോക്ലാസ്, മീഡിൽക്ലാസ്സ്. അപ്പർക്ലാസ്സ് എന്നിങ്ങനെ മൂന്നു ക്ലാസുകൾ ആളുകളുടെ ഇടയിൽ ഉണ്ടത്രെ. നമ്മളെല്ലാം അപ്പർക്ലാസുകാരാണ്. ധാരാളം പണമുള്ളവർ. പുഴയോരത്തുകളിക്കുന്നവരെല്ലാം പണമില്ലാത്ത ലോക്ലാസ്സുകാരാണ്."

"നിനക്കിതെല്ലാം എങ്ങിനെ അറിയാം... അപ്പു അതിശയോക്തിയോടെ ചോദിച്ചു"

"എനിക്കെല്ലാം അമ്മുവേടത്തിയാണ് പറഞ്ഞുതരാറുള്ളത്. ഡാഡി പറയുന്നതുകേട്ട് ഞാൻ സംശയം ചോദിച്ചപ്പോൾ പറഞ്ഞുതന്നതാണ്."

അല്പം നിർത്തി ചുറ്റും നോക്കിപ്പറഞ്ഞു.

"ഇവിടെ നമ്മൾ കളി നോക്കിനില്ക്കുന്നത് ഡാഡി കണ്ടാൽ കുഴപ്പമാണ്. നമുക്കുപോകാം. അതിനുമുമ്പ് ഞാൻ നിനക്കൊരു സൂത്രം കാണിച്ചുതരാം. ഈ പുഴയിൽ ഡാഡി വളർത്തുന്ന ഒരു മത്സ്യമുണ്ട്. ചൂളം വിളിയിലൂടെ പേരുചൊല്ലി വിളിച്ചാൽ അതോടിവരും. നിനക്കു കാണണോ"?

"കാണണം."

വിഷ്ണു മത്സ്യത്തെ ചൂളംവിളിയിലൂടെ മീനു എന്നുവിളിച്ചു. പുഴവെള്ളത്തെ ഇളക്കിമറിച്ചുകൊണ്ടു സാമാന്യം വലിപ്പമേറിയ ഒരുമത്സ്യം പൊന്തിവന്നു. വെള്ളത്തിന് മുകളിലേക്കു വന്ന് അത് വിഷ്ണുവിനെ നോക്കി.

"അതുകൊള്ളാമല്ലോ. നമ്മൾ പേരുവിളിച്ചാൽ പൊങ്ങിവരുന്ന മത്സ്യങ്ങളും ഉണ്ടല്ലെ"

അപ്പു ഒട്ടൊരു അത്ഭുതത്തോടെ വിഷ്ണുവിനെ നോക്കി.

****

6

അപ്പുവിന്റെ ശ്രദ്ധ പുഴക്കടവിൽ കെട്ടിയിട്ടിരിക്കുന്ന കൊതുമ്പുവള്ളത്തിലായി .

"എന്നെ ഈ തോണിയിൽ ഒന്ന് അക്കരക്കു കൊണ്ടുപോകുമോ വിഷ്ണു. നിങ്ങൾ തോണിയിൽ പോകാറുണ്ടെന്ന് വിഷ്ണു എന്നോട് പറഞ്ഞിട്ടുണ്ടല്ലോ."

"ശരിയാണ് അപ്പു. അമ്മുവേടത്തിയും ഞാനുംകൂടി അക്കരക്കു തുഴഞ്ഞുപോകാറുണ്ട്. പക്ഷെ അത് പുഴയിൽ അധികം വെള്ളമില്ലാത്ത സമയത്താണ്. ഇപ്പോൾ മഴപെയ്തു പുഴയിൽ വെള്ളം നിറഞ്ഞുതുടങ്ങിയിരിക്കുന്നത് നീ കണ്ടില്ലേ?"

അപ്പോഴും പെയ്തുകൊണ്ടിരുന്ന ചാറ്റൽമഴ വകവയ്ക്കാതെ അപ്പു പറഞ്ഞു

"സാരമില്ല വിഷ്ണു. ഈയ്യൊരുപ്രാവശ്യം മാത്രം മതി. ഇനി നിന്നെ ഞാൻ നിർബന്ധിക്കുകയില്ല. ഇങ്ങോട്ടുപോരുമ്പോൾ എന്റെ മനസ്സിലുണ്ടായിരുന്ന ഒരുവലിയ ആഗ്രഹമാണ് ഇത്.."

അപ്പുവിന്റെ നിർബ്ബന്ധം സഹിക്കവയ്യാതെ വിഷ്ണു വള്ളമിറക്കാൻ തയ്യാറായി. അവർ ഇരുവരുംകൂടി വള്ളം വെള്ളത്തിലേക്ക് തള്ളിയിറക്കി, അതിൽ കയറി ഇരുന്നു. വിഷ്ണു പങ്കായം കൊണ്ട് തുഴഞ്ഞ് വഞ്ചി മുന്നോട്ടു കൊണ്ടുപോയി. മഴ ചന്നംപിന്നം പെയ്യുന്നുണ്ടായിരുന്നു. അപ്പു വഞ്ചിയിലിരുന്നു ആഹ്ലാദ സ്വരങ്ങൾ പുറപ്പെടുവിച്ചു.

ഇരുവശത്തുമുള്ള പ്രകൃതിദൃശ്യങ്ങൾ അവനെ വല്ലാതെ ആകർഷിച്ചു.

"ആഹാ എന്തുഭംഗിയാ വിഷ്ണു എല്ലായിടത്തും കാണാൻ. എനിക്ക് ഒരുപാടിഷ്ടപ്പെട്ടു."ഇടയ്ക്കിടക്ക് അവൻ വഞ്ചിയിൽ നിന്ന് പുറത്തേക്ക് കൈകളിട്ട് വെള്ളം തെറ്റി കളിച്ചു.

"അരുത് അപ്പു, വള്ളം മറിയും" വിഷ്ണു ഓർമിപ്പിച്ചു. പക്ഷെ അപ്പു അതൊന്നും ശ്രദ്ധിക്കാതെ മറ്റേതോ ലോകത്തിലെന്നപോലെയിരുന്നു. അവന്റെ ശ്രദ്ധ മുഴുവൻ പുഴവെള്ളത്തിൽ, കൂട്ടത്തോടെ കാണുന്ന മൽസ്യങ്ങളിലും, ചുറ്റുമുള്ള ഹരിതാഭ നിറഞ്ഞ കാഴ്ചകളിലുമായിരുന്നു. "നമുക്ക് അങ്ങോട്ടുപോയാലോ വിഷ്ണു. ആ നിറയെ മരങ്ങൾ നിറഞ്ഞുകാണുന്ന അവിടേക്ക്."

അപ്പുവിന്റെ ചോദ്യംകേട്ട് വിഷ്ണു അവനെ തടഞ്ഞുകൊണ്ട് പറഞ്ഞു.

"വേണ്ട അപ്പു. അവിടെയെല്ലാം കാടാണ്. അവിടത്തെ ആദിവാസികൾ മനുഷ്യരെ തിന്നുന്നവരാണത്രെ. പിന്നെ ധാരാളം വൈൽഡ് ആനിമൽസും ഉണ്ട്."

"എങ്കിൽ വേണ്ട. നമുക്കീ വള്ളത്തിലിരുന്ന് കുറെദൂരം കൂടി പോകാം."

"അതുവേണ്ട അപ്പു. ഡാഡിയോ വീട്ടിലുള്ള മറ്റുള്ളവരോ കണ്ടാൽ വഴക്കുപറയും. എന്നെ ഇന്നുതന്നെ ബോർഡിങ്ങിൽ തിരികെകൊണ്ടാക്കും. അമ്മുവേടത്തി നമ്മുടെകൂടെ ഉണ്ടായിരുന്നെങ്കിൽ സാരമില്ല. നമുക്കിനി തിരികെ പോകാം. വീട്ടിൽ എല്ലാവരും അന്വേഷിക്കുന്നുണ്ടാകും." അപ്പു ഒന്നും മിണ്ടാതെയിരുന്നപ്പോൾ വിഷ്ണു വീണ്ടും പറഞ്ഞു.

"നമുക്കിനി പോകാം അപ്പു. അതാ നല്ലത്. നല്ല മഴ വരുന്നുണ്ട്. മഴക്കോള് കണ്ടില്ലേ. മഴപെയ്തു പുഴയിലിനിയും വെള്ളം നിറഞ്ഞാൽ നമുക്ക് തിരിച്ചുപോകാൻ വിഷമമാകും."

അപ്പുവിന് കുറെനേരം കൂടി വഞ്ചിയിലിരിക്കണമെന്നുണ്ടായിരുന്നു പക്ഷെ വീട്ടിൽ അന്വേഷിച്ചാൽ വഴക്കുകിട്ടുമെന്നറിയാവുന്നതുകൊണ്ട് അവൻ പറഞ്ഞു. "എന്നാൽ നമുക്കിനി തിരിച്ചുപോകാം."

അപ്പു പറഞ്ഞതുകേട്ട് വിഷ്ണു വഞ്ചി തിരിച്ചുതുഴഞ്ഞു. കുറെ ദൂരം ചെന്നപ്പോൾ മഴ ശക്തിപ്രാപിക്കാൻ തുടങ്ങി. പെയ്ത്തുവെള്ളം നിറഞ്ഞ് വഞ്ചി വശങ്ങളിലേക്ക് ചരിഞ്ഞുകൊണ്ടിരുന്നു.

"അപ്പു നമ്മുടെ വഞ്ചിയിൽ വെള്ളം നിറയാറായി. വള്ളംമറിഞ്ഞ് നമ്മളിപ്പോൾ മുങ്ങിച്ചാകും."

അതുകേൾക്കേണ്ട താമസം അപ്പു വള്ളത്തിൽ പരിഭ്രമത്തോടെ എഴുന്നേറ്റുനിന്ന് പറഞ്ഞു. "അയ്യോ എനിക്കുപേടിയാകുന്നു വിഷ്ണു. നമുക്ക് വേഗം പോകാം." പറഞ്ഞുതീരും മുൻപേ വള്ളം ചരിയുകയും അപ്പു ബാലൻസ് തെറ്റി വെള്ളത്തിലേക്ക് വീഴുകയും ചെയ്തു. അതു കണ്ടു പരിഭ്രമത്തോടെ വിഷ്ണുവും വെള്ളത്തിലേക്ക് ചാടി. ഭാഗ്യത്തിന് അവർ കരയോട് അടുത്തിരുന്നതുകൊണ്ട് വിഷ്ണു അപ്പുവിനെ വെള്ള ത്തിൽ മുങ്ങുന്നതിനുമുൻപ് കയറിപ്പിടിച്ചു.

"എന്റെ കൈയിൽ മുറുകെപിടിച്ചോളൂ അപ്പൂ." അവൻ കരയിലേക്ക് നീന്തി. കരയിലെത്തിയ ഉടനെ അപ്പുവിനെ അവൻ വലിച്ചു കരയിലെ ത്തിച്ചു.

"ഭാഗ്യം നമ്മൾ രക്ഷപ്പെട്ടു. നിനക്കൊന്നും പറ്റിയില്ലല്ലോ അപ്പു."
"ഇല്ല ഒന്നും പറ്റിയില്ല. നമുക്കു വീട്ടിലേക്കു പോകാം"

അപ്പു വല്ലാതെ ഭയന്നുപോയിരുന്നു. അവർ ഇരുവരും വീട്ടിലേക്ക് ഓടിയെത്തി. ആരും കാണാതെ അകത്തുകടക്കാൻ ശ്രമിച്ച അവരെ അച്ഛമ്മ കണ്ടു. "നിങ്ങൾ രണ്ടുപേരും എവിടെപ്പോയിരുന്നു. രണ്ടു പേരെയും എത്ര നേരമായെന്നോ എല്ലാവരും അന്വേഷിക്കുന്നു."

"ഞങ്ങൾ... ഞങ്ങൾ... പുഴക്കരയിൽ പോയിരുന്നു അച്ഛമ്മേ. അവിടെ നിന്നപ്പോൾ നല്ല മഴ വന്നു. ഞങ്ങൾ രണ്ടുപേരും നനഞ്ഞു." അവർ തങ്ങൾ നടത്തിയ സാഹസികയാത്രയെ മറച്ചുവച്ചു

"അല്ല രണ്ടുപേരും നല്ലവണ്ണം നനഞ്ഞൂലോ. വേഗംപോയി ഡ്രസ്സ് മാറ്റിക്കോളൂ. അല്ല.. ഇവന്റെ മുഖമെന്താ വിളറിയിരിക്കണെത്. രണ്ടുപേരും നല്ലവണ്ണം പേടിച്ച മട്ടുണ്ടല്ലോ"

അപ്പുവിന്റെ മുഖത്തെ ഭാവ വ്യത്യാസം കണ്ടുകൊണ്ടാണ് അച്ഛമ്മ അത് ചോദിച്ചത്.

"ഒന്നുമില്ല അച്ഛമ്മെ. നല്ല മഴയും ഇടിയും വന്നപ്പോൾ ഞങ്ങൾ പേടിച്ചു പോയി. വാ അപ്പൂ"

എന്നുപറഞ്ഞ് വിഷ്ണു അകത്തേക്ക് ഒരോട്ടം വച്ചുകൊടുത്തു. പുറകെ അപ്പുവും അകത്തേക്കോടി. അവർ പോയിക്കഴിഞ്ഞ് അച്ഛമ്മക്ക് അവരുടെ വാക്കുകളിൽ അവി ശ്വാസം തോന്നി. തന്നത്താനെന്നപോലെ അവർ പറഞ്ഞു

"ഉം... രണ്ടുപേരുംകൂടി എന്തോ കുരുത്തക്കേട് ഒപ്പിച്ച മട്ടുണ്ട്." അച്ഛമ്മ അവർ പോയവഴിയേ നോക്കിനിന്നു.

അന്നു വിഷ്ണുവും അപ്പുവും മര്യാദരാമന്മാരായി. അവർ മമ്മി പറഞ്ഞതനുസരിച്ച് കുളികഴിഞ്ഞ്, സന്ധ്യാവന്ദനം നടത്തി, അവരവരുടെ പാഠഭാഗങ്ങൾ പഠിക്കാനിരുന്നു. രാത്രിയിൽ വിഷ്ണുവും അപ്പുവും ഒന്നിച്ചാണ് കിടന്നുറങ്ങിയത്.

പിറ്റേന്ന് പ്രഭാതം കടന്നെത്തിയത് അടുത്തുള്ള ദേവിക്ഷേത്രത്തിലെ ശംഖുനാദധ്വനിയുമായിട്ടാണ്. ആ മംഗളനാദം അന്നത്തെ പുലരിയുടെ പ്രാധാന്യം വിളിച്ചോതി. അച്ഛമ്മയുടെ സപ്തതി ആഘോഷങ്ങൾക്കു തുടക്കംകുറിച്ചുകൊണ്ട് ദേവി തന്നെ എല്ലാവരെയും വിളിച്ചുണർത്തി.

പ്രഭാതവന്ദനം ഉരുവിട്ടുകൊണ്ട് അച്ഛമ്മയും പുലരുംമുമ്പേ കിടക്കയിൽ നിന്നുമെഴുന്നേറ്റു.

നേരത്തെ കുളിയും ജപവും കഴിഞ്ഞ് അച്ഛമ്മ വേഷം മാറി വിഷ്ണുവിന്റെ മുറിയിലെത്തി അവനെയും അപ്പുവിനെയും വിളിച്ചുണർത്തി.

അപ്പോഴേക്കും അമ്പലത്തിൽ പോകാനുള്ള തയ്യാറെടുപ്പുമായി മമ്മിയും അമ്മുവേടത്തിയും അച്ഛമ്മയും ഒരുങ്ങിയെത്തി.

വിഷ്ണുവും അപ്പുവും വേഗം തങ്ങളുടെ ദിനകൃത്യങ്ങൾ നടത്തി, അമ്പലത്തിലേക്ക് പോകാൻ തയ്യാറായി. ഇറങ്ങുമ്പോൾ ഡാഡി പൂമുഖത്തെത്തി പറഞ്ഞു.

"അമ്മയുടെ പേരിൽ ഒരു തുലാഭാരത്തിനും നിറമാലക്കും കടുംപായസത്തിനും ഞാൻ കൊടുത്തിട്ടുണ്ട്. എല്ലാ വഴിപാടുകളും നടത്തിയിട്ടേ മടങ്ങിവരാവൂ" അതുകേട്ട് മമ്മി തലകുലുക്കി..

അച്ഛന്റെ ഓർമ്മിപ്പിക്കൽ കേട്ട് അച്ഛമ്മ ചോദിച്ചു "അല്ലാ... നീ വരുന്നില്ലേ."

"ഇല്ലാ അമ്മേ.. അതിഥികൾ എത്തുമ്പോൾ ഇവിടെ ആരെങ്കിലും വേണ്ടേ"

"അതുശരിയാ ഞാനതോർത്തില്ല" അച്ഛമ്മ ക്ഷമാപണത്തോടെ പറഞ്ഞു.

എല്ലാവരും കാറിൽ കയറിക്കഴിഞ്ഞപ്പോൾ ഡ്രൈവർ ഗിരീശൻ വേഗത്തിൽ വണ്ടി മുന്നോട്ടെടുത്തു.

നടക്കാവുന്ന ദൂരമേയുള്ളുവെങ്കിലും തങ്ങളുടെ യോഗ്യതക്ക് ശരിയല്ലെന്നതുകൊണ്ടും അച്ഛമ്മക്ക് അധികം നടക്കാൻ

വയ്യാത്തതുകൊണ്ടുമാണ് കാറെടുത്തത്. അപ്പോഴേക്കും ബാലാർക്കൻ തന്റെ നേരിയ കിരണങ്ങൾ ചിതറിച്ചുകൊണ്ട് കിഴക്കുദിച്ചുയർന്നു വന്നെത്തി.

ഇരുവശത്തുമുള്ള കൊയ്ത്തുകഴിഞ്ഞ പാടശേഖരങ്ങളിൽ വന്നിറങ്ങുന്ന കൊറ്റികളെ നോക്കി അപ്പുവും വിഷ്ണുവും ആഹ്ലാദഭരിതരായിരുന്നു.

പാടശേഖരങ്ങൾക്ക് നടുവിലുള്ള ആമ്പൽക്കുളങ്ങളിൽ ആമ്പൽപ്പൂവുകൾ വിടർന്നുപരിലസിച്ചു. വയലേലകളിൽ മഴപെയ്തു വെള്ളം നിറഞ്ഞിരുന്നു. അവർ അമ്പലത്തിലെത്തിയ ഉടനെ മഴ ശക്തമായി പെയ്തുതുടങ്ങി. അപ്പുവും വിഷ്ണുവും ഓരോകുടക്കീഴിലും മറ്റുള്ളവർ മറ്റൊരുകുട ക്കീഴിലുമായി അവർ അമ്പലത്തിലേക്ക് കടന്നു. കണ്ണടച്ച്, ദേവിയെ കൈകൂപ്പി നിന്നപ്പോൾ വിഷ്ണുവിന് എന്തെന്നില്ലാത്ത ആനന്ദം തോന്നി.

ബോർഡിങ്ങിൽ ഇതിനാവുകയി ല്ലല്ലോ എന്നവൻ ഒരുനിമിഷം കുണ്ഠിത

ത്തോടെ ഓർത്തു. അല്പംകഴിഞ്ഞ് കണ്ണുതുറന്ന് ചുറ്റും നോക്കിയപ്പോൾ അപ്പു കൈകൂപ്പാതെ എവിടെയോ ദൃഷ്ടി പായിച്ചു നിൽക്കുന്നു.

"അപ്പു കൈകൂപ്പി ദേവിയെ തൊഴുതോളൂ. നല്ലശക്തിയുള്ള ദേവിയാ" വിഷ്ണു അവനെ ഓർമിപ്പിച്ചു. അതുകേട്ട് അപ്പു അൽപ്പനേരം ദേവിയെ നോക്കി തൊഴുതു. അപ്പോഴാണ് വിഷ്ണു ശ്രദ്ധിച്ചത്, അമ്മുവേടത്തിയുടെ കണ്ണുകളിൽ മറ്റൊരു മഴക്കാലം വിരുന്നിനെത്തിയിരിക്കുന്നു.

ദേവിയെ കണ്ണടച്ചു പ്രാർത്ഥിക്കുന്ന അമ്മുവേടത്തിയുടെ കണ്ണുകൾ കരകവിഞ്ഞൊഴുകുന്നത് അവൻ അമ്പരപ്പോടെ കണ്ടു. എപ്പോഴും ചിരിച്ചുല്ലസിച്ചു നടന്നിരുന്ന അമ്മുവേടത്തി കരയുന്നതു കണ്ടപ്പോൾ നേരിയ അതിശയത്തോടൊപ്പം അവന് ദു:ഖവും തോന്നി. എന്തായിരിക്കും അമ്മുവേടത്തിയെ ഇത്രയധികം ദുഖിപ്പിക്കുന്നതെന്നു എത്ര ആലോചിച്ചിട്ടും അവനു പിടികിട്ടിയില്ല. ഇന്നേതായാലും

അമ്മുവേടത്തിയിൽനിന്ന് അതറിയാൻ ശ്രമിക്കണം. അവൻ തീരുമാനിച്ചുറച്ചു. മഴകാരണം ദേവിയെ പ്രദക്ഷിണം ചെയ്യുവാൻ അവർക്കായില്ല. അൽപനേരം മഴ തോരുന്നതുനോക്കി അവർ നടക്കൽനിന്നു. മറ്റുള്ളവർ പലരും തങ്ങളെ ശ്രദ്ധിക്കുന്നതും കുശലപ്രശ്നങ്ങൾക്കായി അച്ഛമ്മയെ സമീപിക്കുന്നതും വിഷ്ണു കണ്ടു. അവരിൽ പലരും അച്ഛമ്മക്ക് പിറന്നാളാശംസകൾ നേർന്നു. അവരേയെല്ലാം അച്ഛമ്മ ഉച്ചക്ക് ഉണ്ണാനെത്തണമെന്ന് ക്ഷണിക്കുന്നതും അവൻ കണ്ടു. അല്പംകഴിഞ്ഞു മഴ ശമിച്ചപ്പോൾ അവർ പ്രദക്ഷിണവഴിയിലേക്കു കടന്നു.

ദേവിയെ ഒരുചുറ്റു വലംവച്ചിട്ടവർ പുറത്തുകടന്നു.

പ്രദക്ഷിണവഴിയിൽ അച്ഛമ്മ സദാസമയവും,ദേവിനാമങ്ങൾ ഉരുവിട്ടുകൊണ്ടിരുന്നതു വിഷ്ണു ശ്രദ്ധിച്ചു. പിന്നീടവർ കാറിൽ കയറി തറവാട്ടിലേക്ക് പുറപ്പെട്ടു.

സപ്തതിആഘോഷങ്ങളിൽ പങ്കെടുക്കാനായി ക്ഷണിക്കപ്പെട്ടവർ തറവാട്ടിലപ്പോഴേക്കും എത്തിത്തുടങ്ങിയിരുന്നു. പുറത്ത് പന്തലിൽ സ്ഥാപിക്കപ്പെട്ട വലിയ ഗണപതിവിഗ്രഹത്തിനുമുന്നിൽ ഒരുപൂജാരി ഇരുന്നു പൂജചെയ്യുന്നത് അവൻ കണ്ടു. അതിരാവിലെ തുടങ്ങിയ ഗണപതിപൂജയായിരുന്നു അത്. മുമ്പിലെ ഹോമകുണ്ഡത്തിൽ അദ്ദേഹം ഗണപതിക്ക് പൂജകൾ അർപ്പിച്ചുകൊണ്ടിരുന്നു. ഡാഡി ഭക്തിയോടെ ഗണപതിയെ തൊഴുതുനിൽക്കുന്നത് അവൻ കണ്ടു. ആദ്യമായാണ് ഡാഡി ഇത്ര ഭക്തിയോടെ പ്രാർത്ഥിക്കുന്നത് വിഷ്ണു കാണുന്നത്. ഡാഡിയുടെ ബിസിനസിന് എന്തോ ക്ഷീണം വന്നുതുടങ്ങിയതായി കഴിഞ്ഞദിവസം മമ്മിയോട് പറയുന്നത് വിഷ്ണു കേട്ടിരുന്നു.

ഏതൊക്കെയോ സാമ്പത്തിക പ്രതിസന്ധികളിൽ ഡാഡി അകപ്പെട്ടിരിക്കുകയാണത്രെ. അതായിരിക്കാം ഡാഡിയെ ഇത്ര ഭക്തനാക്കിയത്. വിഷ്ണു ഓർത്തു.

“വൈകുന്നേരം ഭഗവതിഹോമവും ഉണ്ടാകും ട്ടോ. സംബന്ധിക്കാൻ പറ്റുന്നവർക്കൊക്കെ അതിൽ സംബന്ധിക്കാം.” എല്ലാരും കേൾക്കെ ഡാഡി പറയുന്നുണ്ടായിരുന്നു. വിഷ്ണുവും അപ്പുവും അച്ഛമ്മയും മമ്മിയും അമ്മുവേടത്തിയുമെല്ലാം ഹോമത്തിൽ സംബന്ധിച്ചു. അച്ഛമ്മ, കാലു മടക്കി ഇരിക്കുവാൻ വയ്യാത്തതുകൊണ്ട് അല്പംമാറി കസേരയിലാണിരുന്നത്. ആളുകൾ അപ്പോഴേക്കും കൂടുതലായി എത്തിത്തുടങ്ങിയിരുന്നു. അവർ അച്ഛമ്മക്ക് സമ്മാനങ്ങൾ നൽകുന്നതും കാലിൽതൊട്ടു

വന്ദിക്കുന്നതും വിഷ്ണുകണ്ടു. അവരെയെല്ലാം അച്ഛമ്മ കൈഉയർത്തി അനുഗ്രഹിച്ചു. ചിലരെ കെട്ടിപ്പിടിച്ചു സ്നേഹാന്വേഷണങ്ങൾ നടത്തി. തലനരച്ചുവെങ്കിലും അച്ഛമ്മയെ കണ്ടാലിപ്പോഴും പ്രായം തോന്നുക യില്ലെന്ന് അവരിൽ ചിലർ പറയുന്നതുകേട്ടു.

അച്ഛമ്മയുടെ സൗന്ദര്യത്തെയും ചിലർ പുകഴ്ത്തി. മുഖസ്തുതിക ളിൽ മയങ്ങി അച്ഛമ്മ അവർക്കെല്ലാം നന്ദി പറയുന്നുണ്ടായിരുന്നു. പലരും കസവുമുണ്ട് അണിയിച്ച് അച്ഛമ്മയെ ബഹുമാനിക്കുന്നതും അവൻ കണ്ടു. ചിലർ വിഷ്ണുവിന്റെ അടുത്തുവന്നു കുശലാന്വേഷണങ്ങൾ നടത്തി. വിഷ്ണു വിനയത്തോടെ എല്ലാവരോടും മറുപടി പറഞ്ഞു.

ബോർഡിങ്ങിൽ പോയതോടെ വിഷ്ണുവിന്റെ കുസൃതികൾ കുറഞ്ഞുവെന്ന് അടുത്തബന്ധുക്കൾ പറയുന്നുണ്ടായിരുന്നു.

"മാധവേട്ടനെ ഇക്കാര്യത്തിൽ സമ്മതിക്കണം. പിള്ളേരെ വേണ്ടരീതിയിൽ വളർത്തുവാൻ മാധവേട്ടൻ മിടുക്കനാണ്" എന്ന് അപ്പു വിന്റെ അച്ഛനും അമ്മയും കൂടി പറയുന്നതുകേട്ടപ്പോൾ വിഷ്ണുവിനു അവരോട് അല്പം നീരസം തോന്നാതിരുന്നില്ല.

ബോർഡിങ്ങിലെ ക്ലേശകരമായ ജീവിതത്തെക്കുറിച്ച് ഇവർക്കൊ ന്നുമറിയില്ലല്ലോ എന്നു ചിന്തിക്കുകയും ചെയ്തു. അല്പംകഴിഞ്ഞ് അമ്മുവേടത്തിയും മാളുവേട്ടത്തിയും കൂടി പുറത്തേക്കുപോകുന്നത് വിഷ്ണുകണ്ടു... തീണ്ടാരിയായ മാളുവേടത്തി പൂജയിൽ പങ്കെടുക്കാനാ വാതെ രാവിലെ മുതൽ മുറിയിൽ തന്നെ ഇരിക്കുകയായിരുന്നു. രാവിലെ അമ്പലത്തിൽ പോകുമ്പോൾ മാളുവേടത്തി കൂടെ വരാതിരുന്നത് എന്തുകൊണ്ടാണെന്ന് അവനിപ്പോൾ മനസ്സിലായി.

അമ്മുവേടത്തിക്കിപ്പോൾ മാളുവേടത്തിയെ മതിയല്ലോ എന്നാ ലോചിച്ചപ്പോൾ അവന് വിഷമം തോന്നി. ഈ സപ്തതിയുടെ വിശേഷങ്ങൾ തീർന്ന് അവരെല്ലാം മടങ്ങിപ്പോകുമ്പോൾ തന്നോട് കൂട്ടുകൂടാൻ എത്തും. അപ്പോൾ താൻ അമ്മുവേടത്തിയോട് മിണ്ടുകയില്ല. വിഷ്ണു അങ്ങനെ മനസ്സിൽ വിചാരിച്ച് മൗനം പാലിച്ചു.

അല്പംകഴിഞ്ഞപ്പോൾ അപ്പുവിന് മുഷിപ്പ് തോന്നിതുടങ്ങി..

പുറത്തുകളിക്കുവാൻ പോകാൻ വിഷ്ണുവിനെ അവൻ നിർബന്ധിക്കാനും തുടങ്ങി. എന്നാൽ വിഷ്ണു ഒന്നിനും കഴി യാതെ ദുഃഖിതനായി ഇരുന്നു. ഗണപതി

പൂജ കഴിഞ്ഞ് അമ്മുവേടത്തി എല്ലാവർക്കും പ്രസാദവിതരണം നടത്തി.

ഉച്ചക്ക് സദ്യ വിഭവസമൃദ്ധമായിരുന്നു.

ഊണ് കഴിക്കാനും അമ്മുവേടത്തിയും മാളുവേടത്തിയും ഒന്നിച്ചാണ് ഇരുന്നത്. അതുകണ്ടതോടെ വിഷ്ണുവിൻെറ സങ്കടം ഇരട്ടിച്ചു... അവൻ ആരോടും മിണ്ടാതെനടന്നു. കൂടെനടന്നു അപ്പു പലതും പറയുകയും കളിക്കാൻ വിളിക്കുകയും ചെയ്തിട്ടും വിഷ്ണു ഒന്നിനും ഉത്സാഹമില്ലാത്തവനെപ്പോലെ പെരുമാറി.

ഇടക്ക് അൽപനേരം പൂന്തോട്ടത്തിൽ ചെലവഴിച്ചു. അപ്പു അവിടെ പക്ഷിമൃഗാദികളെ കളിപ്പിച്ചും അവയോട് സല്ലപിച്ചും കഴിച്ചുകൂട്ടി.

വിഷ്ണുവിന്റെ നിസ്സംഗത വല്ലാതെ അലട്ടുന്നുണ്ടായിരുന്നുവെങ്കിലും അവനതു പുറമെ കാണിച്ചില്ല..

കാരണം ആവീട്ടിൽ വിഷ്ണു മാത്രമേ അവനൊരു കൂട്ടുണ്ടായിരുന്നുള്ളൂ.

വിഷ്ണുവിനെ പിണക്കാൻ അവനിഷ്ടപ്പെട്ടില്ല.

അവന്റെ മനസ്സിൽ എന്തോകാര്യമായ സങ്കടം ഉണ്ടെന്നു മനസ്സിലായി, അതെന്തെന്നു ചോദിച്ചറിയണമെന്നുണ്ടായിരുന്നു. എന്നാൽ വിഷ്ണു അതുപറയുകയില്ലെന്നുതോന്നി.

ബോർഡിങ്ങിലേക്കു മടങ്ങിപ്പോകേണ്ട കാര്യം ആലോചിച്ചായിരിക്കുമെന്ന് അപ്പുവിചാരിക്കുകയും ചെയ്തു.

ഗണപതിപൂജ രാത്രി വൈകുവോളം നീണ്ടു. പൂജകഴിഞ്ഞ് എല്ലാവരും പുലരുംമുമ്പ് മടങ്ങിപ്പോയി. അപ്പുവും മാളുവും അച്ഛനമ്മമാരോടൊപ്പം പിറ്റേന്നാണുപോയത്. പോകാൻനേരം മാളുവേടത്തി അമ്മുവേടത്തിയെ കെട്ടിപ്പിടിച്ചു യാത്രപറഞ്ഞു. ഒന്നും വിഷമിക്കേണ്ടെന്നും എല്ലാം ശരിയാകുമെന്നും അമ്മുവേടത്തിയെ സമാധാനിപ്പിക്കുകയും ചെയ്യുന്നുണ്ടായിരുന്നു. അപ്പുവാകട്ടെ വിഷ്ണുവിനെ വിഷമത്തോടെ ഒന്നുനോക്കുക മാത്രം ചെയ്തു, കാറിൽ കയറി. അവൻ ടാറ്റപറഞ്ഞപ്പോൾ വിഷ്ണുവും യാന്ത്രികമായി ടാറ്റ പറഞ്ഞു. അവർ പോയിക്കഴിഞ്ഞപ്പോൾ ഏതോ ശൂന്യത ആ വീട്ടിലുള്ളവരെ അലട്ടാൻ തുടങ്ങി.

****

7

ശനിയാഴ്ച അവധി ആയതിനാൽ എല്ലാവരും ആലസ്യം പൂണ്ടിരുന്നു. വിഷ്ണുവും അമ്മുവും തങ്ങളുടെടേതായ ലോകത്തിൽ വ്യാപൃതരായി വെറുതെ നടന്നു. തിങ്കളാഴ്ച മുതൽ സ്കൂളിൽ പോകേണ്ടതുള്ളതുകൊണ്ട് വിഷ്ണു അൽപ്പനേരം തന്റെ പാഠഭാഗങ്ങൾ അഭ്യസിച്ചു. പിന്നെ ഒറ്റപ്പെടലിൻെറ വേദനയിൽ പൂന്തോട്ടത്തിലേക്ക് ചെന്നു. അവിടെ അൽപ്പനേരം ടോമിയുമായി അവൻ പുൽത്തകിടിയിൽ ഫുട്ബോൾ കളിച്ചു. പിന്നെ ടിറ്റു, മിട്ടു എന്നീ മുയൽക്കുട്ടികളെ ഉമ്മവച്ചും കളിപ്പിച്ചും കുറെ സമയം ചിലവിട്ടു. അപ്പോൾ അമ്മുവേടത്തിയെ കാണണമെന്നുതോന്നി. പിണക്കം മറന്ന് അവൻ അമ്മുവേടത്തിയെ അന്വേഷിച്ചു മുറിയിൽ ചെന്നു. അമ്മുവേടത്തി ആരോടോ രഹസ്യമായി ഫോണിൽ സംസാരിക്കുന്നതാണ് അവൻ കണ്ടത്.

അവൻ അടുത്തുചെല്ലാതെ മാറിനിന്ന് അമ്മുവേടത്തിയുടെ സംസാരം ശ്രദ്ധിച്ചു. അമ്മുവേടത്തി ആരോടോ കൊഞ്ചിക്കുഴഞ്ഞു സംസാരിക്കുന്നതായിട്ട് അവനുതോന്നി. വിഷ്ണുവിന് അമ്മുവേടത്തിയോട് ദേഷ്യം തോന്നി. സാധാരണയായി അച്ഛമ്മയോടാണ് അമ്മുവേടത്തി കൊഞ്ചാറുള്ളത് എന്ന് അവനോർമ്മിച്ചു. എന്നാൽ അച്ഛമ്മ താഴെ ക്ഷീണത്തോടെ കിടന്നുറങ്ങുന്നത് അവൻ കണ്ടിരുന്നു. അപ്പോൾ പിന്നെ ആരോടായിരിക്കും സംസാരിക്കുന്നതെന്ന് ആലോചിച്ചിട്ട് അവനൊരെത്തും പിടിയും കിട്ടിയില്ല.

അവൻ മുറിക്കപ്പുറത്തു മറഞ്ഞു നിൽക്കുന്നത് കണ്ട അമ്മുവേടത്തി പെട്ടെന്ന് സംസാരം നിർത്തി അവനെ മാടിവിളിച്ചു.

വിഷ്ണു മടിച്ചു മടിച്ചു അമ്മുവേടത്തിയുടെ സമീപമെത്തി.

“എന്താവിഷ്ണു?. നീ മാറിനിന്നു കളഞ്ഞത്? ഞാൻ നിന്നെ എവിടെയെല്ലാം അന്വേഷിച്ചുവെന്നോ. അപ്പോൾ മമ്മിയാണ് പറഞ്ഞത് നീ പഠിക്കുകയാണെന്ന്. എങ്കിൽപ്പിന്നെ നിന്നെ ശല്യപ്പെടുത്തണ്ടല്ലോ എന്ന് ഞാനും കരുതി.”

അമ്മുവേടത്തിയുടെ വാക്കുകൾകേട്ട് അവൻ അവിശ്വാസ്യത്തോടെ നോക്കി. അവന്റെ ഭാവം കണ്ട് അവൾ താടിയിൽ പിടിച്ചു ചോദിച്ചു.

“എന്താ വിഷ്ണു നിനക്കെന്നെ ഇപ്പോൾ വിശ്വാസമില്ലാത്തതു പോലെ.”

“കുട്ടന്റെ പഴയ അമ്മുവേടത്തി തന്നെയാണ് ഞാനിപ്പോഴും.”

കവിളിൽ ഒരുമ്മയും നൽകിയതോടെ വിഷ്ണുവിന്റെ പരിഭവമെല്ലാം പമ്പ കടന്നു.

അവൻ അവളുടെ അരികിലിരുന്നു ചോദിച്ചു.

“എങ്കിൽപ്പിന്നെ അമ്മുവേടത്തി ഇപ്പോൾ സംസാരിച്ചുകൊണ്ടിരുന്നത്... ആരോടാണെന്ന് പറയ്. ഞാനല്ലാതെ ആരാണ് അമ്മുവേടത്തിക്ക് ഇപ്പോൾ കൂട്ട്.”

ചോദ്യംകേട്ട് അവളുടെ മുഖം ലജ്ജയാൽ തുടുക്കുന്നത് അവൻ കണ്ടു. ഏതോ സ്വപ്നത്തിൽ ലയിച്ചെന്നപോലെ വിഷ്ണുവിനെ ചേർത്തുപിടിച്ച് അവൾ പറഞ്ഞു.

“അതെന്റെ കോളേജിലെ സാറാണ് വിഷ്ണു. പേര് അനീഷ് മാത്യു. ഞങ്ങൾ തമ്മിൽ ഇഷ്ടത്തിലാ മോനെ.”

“അപ്പോൾ അമ്മുവേടത്തിയല്ലേ പറയാറുള്ളത്, എന്നെയാണ് അമ്മുവേടത്തിക്ക് ഏറ്റവും ഇഷ്ടം എന്ന്. എന്നിട്ടിപ്പോൾ ഒരു അനീഷ് സാറിനോടാണല്ലേ അമ്മുവേടത്തിക്കു കൂടുതൽ ഇഷ്ടം. അമ്മുവേടത്തി ചീത്തയാ... ഇല്ലാ... ഞാനിനി അമ്മുവേടത്തിയോട് കൂടില്ല.”

പരിഭവത്തോടെ എഴുന്നേറ്റുമാറാൻ തുടങ്ങിയ വിഷ്ണുവിനെ നിർബന്ധപൂർവം അരികിൽ പിടിച്ചിരുത്തി, അവൾ പറഞ്ഞു.

“മോനോട് തന്നെയാണ് അമ്മുവേടത്തിക്കു ഏറ്റവും ഇഷ്ടം. അനീഷ് സാറും അതുകഴിഞ്ഞേ ഉള്ളൂ.” ആ മറുപടി വിഷ്ണുവിനെ കുളിർപ്പിച്ചു. അവൻ പിണക്കം മറന്നു. അവൾ അവനോട് അനീഷ്സാറുൾപ്പെടെയുള്ള തന്റെ കോളേജിലെ സുഹൃത്തുക്കളെപ്പറ്റി പറഞ്ഞു. പിന്നെ രസകരമായ ഒരുപാട് സംഭവകഥകളും.

അവർ വീണ്ടും ഒന്നായിത്തീർന്നു.

പുഴക്കരയിൽപോയി അവർ കാവതികാക്കക്ക് ആഹാരം കൊടുത്തു. ആഹാരം കഴിച്ചശേഷം നന്ദിസൂചകമായി ഒരു ശബ്ദം പുറപ്പെടുവിച്ച് അതുപറന്നുപോയി. കഴുത്തിലെമണി അപ്പോൾ ചെറുതായി ശബ്ദമുണ്ടാക്കിക്കൊണ്ടിരുന്നു. പിന്നെ പുഴയിലെ മീനിനും പൂന്തോട്ടത്തിലെ മറ്റു പക്ഷിമൃഗാദികൾക്കും ആഹാരം കൊടുത്തുകഴിഞ്ഞപ്പോൾ സന്ധ്യയായി. അപ്പോഴേക്കും കാർമേഘങ്ങൾ ഇരുണ്ട് മഴപെയ്യാൻ തുടങ്ങി.

പിറ്റേന്ന് ഞായറാഴ്ച വിഷ്ണുവിന് ബോർഡിങ്ങിലേക്കു മടങ്ങേണ്ടിയിരുന്നു .

ഡാഡി വിഷ്ണുവിനോട് അതിനുള്ള തയ്യാറെടുപ്പുകളെല്ലാം ചെയ്തോളാൻ പറഞ്ഞു. അതുകേട്ട് അമ്മുവേടത്തി മൂകയാവുന്നതു വിഷ്ണു കണ്ടു. കാര്യം അന്വേഷിച്ച വിഷ്ണുവിനോട് അമ്മുവേടത്തി പറഞ്ഞു.

"നാളെ മോൻ പോയാൽ പിന്നെ ഞാനിവിടെ ഒറ്റയ്ക്കാകും. എന്നോട് ഇനിമുതൽ കോളേജിൽ പോകേണ്ടെന്നും അടുത്തുതന്നെ മെഡിക്കൽ കോളേജിൽ അഡ്മിഷൻ ശരിയാക്കുന്നുണ്ടെന്നും അതുവരെ പുറത്തിറങ്ങരുതെന്നും പറഞ്ഞിരിക്കുകയാണ് ഡാഡി."

അവളുടെ കണ്ണുകൾ നിറഞ്ഞിരിക്കുന്നതുകണ്ടു വിഷ്ണുവിനും സങ്കടം വന്നു. വിഷ്ണു ആകുലതയോടെ അവളെ നോക്കി. അവൾ അവനെ ചേർത്തുനിർത്തി പതുക്കെപറഞ്ഞു

"മോൻ അമ്മുവേടത്തിക്ക് ഒരുപകാരം ചെയ്യണം. നാളെ അനീഷ് സാറിന്റെ ജന്മദിനമാണ്. അമ്മുവേടത്തി അനീഷ് സാറിന് കൊടുക്കാൻ ഒരുസമ്മാനം തരാം. അതുനാളെ രാവിലെ നമ്മുടെ മുന്നിലെ നിരത്തിലൂടെ ബൈക്കിൽ കടന്നുപോകുന്ന അനീഷ്സാറിന്റെ കയ്യിൽ കൊടുക്കണം. എന്താ മോന് സമ്മതമല്ലേ?"

അവൾക്കുവേണ്ടി എന്തുചെയ്യാനും വിഷ്ണു ഒരുക്കമായിരുന്നു. അവൻ സമ്മതാർത്ഥത്തിൽ തലയാട്ടി. അമ്മുവേടത്തി തന്റെ കൈ കൊണ്ടുതുന്നിയ, അനീഷ് എന്നെഴുതി മനോഹരമായി ചിത്രപ്പണി ചെയ്ത കൈലേസ് അവന്റെ നേരെ നീട്ടി. എന്നിട്ടു ചെവിയിൽ പറഞ്ഞു.

"ഇതാരും കാണരുത്. ഡാഡിയോ മമ്മിയോ കണ്ടാൽ കുഴപ്പമാകും. നാളെ രാവിലെ ഒരു പത്തുമണിയാകുമ്പോൾ മോൻ ഇതുംകൊണ്ട് വഴിയിലേക്ക് പോകണം."

അവൾ സുമുഖനായ ഒരു ചെറുപ്പക്കാരന്റെ ഫോട്ടോ അവനെ കാണിച്ചുകൊണ്ടു പറഞ്ഞു. "ഇതാണ് അനീഷ്സാർ. കൈലേസ് അനീഷ്സാറിന്റെ കയ്യിൽ കൊടുത്തിട്ട് മോൻ ഫോട്ടോ തിരിച്ചുകൊണ്ടു വരണം."

അവൻ സമ്മതഭാവത്തിൽ തലയാട്ടിക്കൊണ്ടു പറഞ്ഞു.

"ഞാൻ നാളെ രാവിലെ ഇതുംകൊണ്ട് വഴിയിലേക്ക് പോകാം. അനീഷ്സാറിന്റെ കയ്യിൽ കൈലേസ് കൊടുത്തിട്ട് ഫോട്ടോയും കൊണ്ട് ഞാൻ തിരിച്ചുവരാം"

വിഷ്ണു ഫോട്ടോയും കർച്ചീഫും പോക്കറ്റിൽതിരുകി.

"ഫോട്ടോ കളയല്ലേ വിഷ്ണു. എന്റെ കയ്യിൽ അനീഷ് സാറിന്റെ ഫോട്ടോ വേറെയില്ല. അമ്മുവേടത്തി ഓർമ്മിപ്പിച്ചു."

"ഇല്ല അമ്മുവേടത്തി. കൈലേസും ഫോട്ടോയും ഞാൻ ഭദ്രമായി സൂക്ഷിച്ചോളാം. അമ്മുവേടത്തി സമാധാനമായിട്ടിരുന്നോളൂ. "റ്റാറ്റാ ബൈ ബൈ" വിഷ്ണു അവിടെ നിന്നും ഒരു വണ്ടി ഓടിക്കുന്ന ഭാവം അഭിനയിച്ചുകൊണ്ട് ഓടിപ്പോയി.

രാത്രിയിൽ അവൻ സ്കൂളിൽനിന്നും ഫോണിലേക്ക് അയച്ചു കൊടുത്ത പാഠഭാഗങ്ങൾ ഹൃദിസ്ഥമാക്കിയശേഷം കിടന്നുറങ്ങി. രാത്രി മുഴുവൻ തോരാതെ മഴപെയ്തുകൊണ്ടിരുന്നു. വിഷ്ണു അതൊന്നു മറിയാതെ സുഖമായി ഉറങ്ങി. അമ്മുവേടത്തിയെ വീണ്ടുകിട്ടിയതിൽ അവൻ ആഹ്ലാദവാനായിരുന്നു. അടുത്ത പ്രഭാതത്തിൽ ഉണർന്നെഴുന്നേറ്റ വിഷ്ണു വെയിൽനാളങ്ങൾ കടന്നുവരുന്ന ജനാലയിലൂടെ പുറത്തേക്കുനോക്കി. പുഴയിൽ വെള്ളംനിറഞ്ഞു കുറേശ്ശേ റിസോർട്ടിലേക്കും വെള്ളം കയറിത്തുടങ്ങിയിരിക്കുന്നു.

കലങ്ങിമറിഞ്ഞൊഴുകുന്ന പുഴയിലേക്ക് നോക്കി വിഷ്ണു അൽപനേരം നിന്നു. മനസ്സിൽ ഏതോ ദു:ശ്ചിന്തകൾ കടന്നുകൂടുന്നതായി അവനുതോന്നി. അതുവരെയുണ്ടായിരുന്ന ശാന്തതക്കു ഭംഗംവരുന്നതായും. പെട്ടെന്നാണ് തലേരാത്രിയിൽ

അമ്മുവേടത്തി പറഞ്ഞകാര്യം ഓർമ്മ വന്നത്. വേഗം പ്രഭാതകൃത്യങ്ങൾ നടത്തി, തലയണക്കീഴിൽ സൂക്ഷിച്ചിരുന്ന കൈലേസും ഫോട്ടോയും പുറത്തെടുത്തു. സാമാന്യം വലിപ്പമുള്ള ആ കൈലേസിൽ മനോഹരമായി ചെയ്തിരിക്കുന്ന ചിത്രപ്പണിയിലേക്കു നോക്കി അവൻ അല്പ്പനേരം നിന്നു. അതിൽ ഏതോവലിയ ഒരു കെട്ടിടവും, ആ കെട്ടിടത്തിലേക്കുള്ള വഴിയും അതിലൂടെ ഓടുന്ന ഒരുകാറും. കാറിലെ യാത്രക്കാരും അങ്ങനെ പലതും ഭംഗിയായിവരച്ച് തയ്യൽപ്പണി ചെയ്തിരിക്കുന്നത് അവൻ കണ്ടു. സൂക്ഷിച്ചുനോക്കിയപ്പോൾ ആ കെട്ടിടത്തിന്റെ പേര് മംഗലാപുരം മെഡിക്കൽകോളേജ് എന്നെഴുതിയിരിക്കുന്നതും അവൻ കണ്ടു. റേഞ്ച് കിട്ടാത്തതിനാൽ ഫോണിൽക്കൂടിപറയാൻ പറ്റാത്തകാര്യങ്ങൾ എല്ലാം കൈലേസിൽ വരച്ചുചേർത്തിരിക്കുകയാണ് അമ്മുവേടത്തി. എല്ലാം മനസ്സിലായ അവന് അമ്മുവേടത്തിയുടെ ബുദ്ധിയെക്കുറിച്ചോർത്ത് അഭിമാനം തോന്നി. പക്ഷെ താൻ ചെയ്യാൻ പോകുന്ന കാര്യത്തെക്കുറിച്ച് അവനല്പം ഭയം തോന്നാതെയിരുന്നില്ല. അനീഷ്സാറുമായുള്ള അമ്മുവേടത്തിയുടെ കൂട്ടുകെട്ട് ഡാഡിക്ക് ഇഷ്ടമല്ലെന്നവനറിഞ്ഞിരുന്നു. ഡാഡിയറിഞ്ഞാൽ തന്നെയും തല്ലും. എങ്കിലും എല്ലാം അമ്മുവേടത്തിക്ക് വേണ്ടിയല്ലെ. അമ്മുവേടത്തിക്കു വേണ്ടി എന്തു ചെയ്യാനും താൻ തയ്യാറാണ്. പോക്കറ്റിൽ ഒളിപ്പിച്ച കൈലേസും ഫോട്ടോയുമായി അമ്മുവേടത്തിയുടെ മുറിയിലേക്കുചെന്നപ്പോൾ നല്ല ഉറക്കമാണെന്നുകണ്ടു. പതിവുപോലെ പുസ്തകംവായിച്ച് അമ്മുവേടത്തി താമസിച്ചായിരിക്കും കിടന്നത്.

ഏടത്തിയെ ശല്യപ്പെടുത്തേണ്ടെന്ന് കരുതി അവൻ താഴേക്ക് നടന്നു. അപ്പോഴും മഴ തകർത്തുപെയ്യുന്നുണ്ടായിരുന്നു. "എന്താ വിഷ്ണു നീ കാപ്പിയൊന്നും കുടിക്കണില്ലേ. ഈ തോരാമഴയത്തു എങ്ങട്ടാ പോണത്."? വിഷ്ണുവിനെ ക്കണ്ട അച്ഛമ്മയുടെ ചോദ്യം.

"അത് ഞാൻ കാപ്പികുടിക്കാൻ വരുകയായിരുന്നു അച്ഛമ്മേ..."

ഉള്ളിലെകള്ളം മറയ്ക്കാനുള്ള ബദ്ധപ്പാടിൽ, അല്പംപതറിച്ചയോടെ വിഷ്ണു പറഞ്ഞു. അവന്റെ ഇളംമനസിൽ ഭയം വിങ്ങി വിതുമ്പി നിന്നു. അതുമനസ്സിലാക്കാതെ അച്ഛമ്മ പറഞ്ഞു. "എന്നാ ഊണുമുറിയിലേക്കുചെന്നോളൂ. അവിടെ ജാനു

വമ്മ കുട്ടിക്ക് പ്രാതലെടുത്തു വച്ചിട്ടുണ്ടാകും"

പോക്കറ്റിൽ കൈലേസും ഫോട്ടോയും ഭദ്രമായുണ്ടോ എന്നുപരതി. എല്ലാം അവിടെത്തന്നെയുണ്ടെന്നു ബോദ്ധ്യമായി..

പിന്നെ ഊണുമുറിയിലേക്ക് ചെന്ന് അവിടെ ജാനുവമ്മ എടുത്തു വച്ചിരുന്ന പ്രാതൽ എടുത്തുകഴിച്ചു. മമ്മിയെ അവിടെയെങ്ങും കാണാത്ത തുകൊണ്ട് അമ്പലത്തിൽ പോയിക്കാണുമെന്നൂഹിച്ചു.

പ്രാതൽ കഴിഞ്ഞ് വിഷ്ണു പൂമുഖത്തേക്കു നടന്നു. മഴ അപ്പോഴേ ക്കും അല്പം തോർന്നിരുന്നുവെങ്കിലും വിഷ്ണു തന്റെ മഴക്കോട്ടെടുത്തു ധരിച്ചു.

കാർഷെഡിൽ നോക്കിയപ്പോൾ ഡാഡി കാറുമായി പോയിക്കഴി ഞ്ഞിരുന്നു. ഇതുതന്നെ നല്ലഅവസരം. ആരും കാണുന്നില്ലെന്ന് ഒന്നു കൂടി ഉറപ്പുവരുത്തിയശേഷം അവൻ ഗേറ്റുതുറന്ന് റോഡിലേക്കോടി.. റിസോർട്ടിൽനിന്നും ഏതാണ്ട് മൂന്നുകിലോമീറ്റർ അകലമുണ്ട് റോഡി ലേക്ക്. റോഡിലെത്തി പ്രതീക്ഷയോടെ വാഹനങ്ങളിലേക്കുറ്റുനോക്കി നിന്നു. അപൂർവ്വമായി മാത്രമാണ് ആ റോഡിലൂടെ വാഹനങ്ങൾ കടന്നുവ രുന്നത്.

റിസോർട്ടിനു മുന്നിലുള്ള പാതക്കിരുവശവും കാടുകളാണ്. ആ പാത ചെന്നവസാനിക്കുന്നത് "എക്കോ ഫ്രണ്ട്‌ലി" ആയി ഗവണ്മെന്റ് സംരക്ഷിക്കുന്ന ഒരു കാനനപ്രദേശത്തേക്കാണ്.

ആ കാടും അതിനടുത്തുള്ള പുഴയും, വന്യമൃഗസങ്കേതവും കാണാൻ നിരവധി സഞ്ചാരികൾ എത്തിച്ചേരാറുണ്ട്. ആ സഞ്ചാരിക ളുടെ കാറുകളും ജീപ്പുകളുമാണ് അതിലെ കടന്നുപൊക്കോണ്ടിരുന്നവയിൽ ഭൂരിപക്ഷ വും. പിന്നെ റിസോർട്ടിലേക്കു വരുന്ന വരുടെയും.

ഇതിനിടയിൽ കടന്നുപോകുന്ന ബൈക്കുകളിലെല്ലാം വിഷ്ണു ആ മുഖ ഛായയുള്ള ആളെ തിരഞ്ഞു. അല്പം കഴിഞ്ഞ് ഒരുബൈക്ക് ആ റോഡിനെ ലക്ഷ്യ മാക്കി കടന്നുവരുന്നത് അവൻ ശ്രദ്ധിച്ചു. അതിലിരിക്കുന്ന മഴക്കോട്ടിട്ട ചെറുപ്പക്കാരന് അനീഷ്സാറിന്റെ ഛായ തോന്നി. മഴ ത്തൊപ്പികൊണ്ട് മുഖം അല്പം മറഞ്ഞിരു ന്നുവെങ്കിലും ആളെ തിരിച്ചറിയാമായിരുന്നു. അവൻ ഫോട്ടോ കൈയിലെടുത്ത് ഒന്നുകൂടി

സാദൃശ്യം നോക്കി. അപ്പോൾ അത് അനീഷ്സാർ തന്നെയാണെന്ന് ബോധ്യപ്പെട്ടു.

മുഖം മറച്ചിരുന്ന മഴക്കോട്ട് തെല്ലുമാറ്റി, കൈകാണിച്ചപ്പോൾ ആ ബൈക്ക് അവന്റെ അല്പം മുന്നിലായിനിന്നു. പോക്കറ്റിൽനിന്നും കൈലേസ് കയ്യിലെടുത്തു, ബൈക്കിന്റെ സമീപത്തേക്കു നടന്നടുത്തതും ഒരുകാർ പാഞ്ഞെത്തി കടന്നുപോയി. അല്പം മുന്നോട്ടുപോയ ശേഷം തൊട്ടടുത്തു ബ്രേക്ക് ഇട്ടുനിന്ന ആ കാറിൽ നിന്നും ഡാഡി ഇറങ്ങി വന്നു.

"നീയാണെന്ന് അല്പം മുന്നോട്ടുപോയപ്പോഴാണ് എനിക്ക് സ്ട്രൈക്ക് ചെയ്തത്. നീ എന്ത് ചെയ്യുകയാണ് വിഷ്ണു ഇവിടെ. ഇത്ര ദൂരം റോഡിലേക്കു വരുവാൻ നിന്നോട് ആരു പറഞ്ഞു. ആനകളെയും, പുലികളെയും, ഇഴജന്തുക്കളെയും ചിലപ്പോൾ പകൽപോലും ഇവിടെ കാണാറുണ്ട്.. അങ്ങനെയുള്ള സ്ഥലത്തു നീ ഒറ്റയ്ക്ക് വന്നതെന്തിനാണ്."? ചോദിച്ചുകഴിഞ്ഞപ്പോഴാണ് ഡാഡിയുടെ ശ്രദ്ധ ആ ചെറുപ്പക്കാരനിൽ പതിഞ്ഞത്. "ഓഹോ.. നീയായിരുന്നോ. നിന്നെ അന്നു ഞാൻ അമ്മുവിനോടൊപ്പം പട്ടണത്തിലെ പാർക്കിൽവച്ച് കണ്ടതല്ലേ. നിന്നോട് ആരുപറഞ്ഞു ഇവിടെ വരാൻ" മുൻപ് പരിചയമുള്ളതുപോലെ ഡാഡി അയാളോട് കയർത്തു. വിഷ്ണു വിറയ്ക്കാൻ തുടങ്ങി. അവന്റെ കയ്യിലിരുന്ന കൈലേസും ഫോട്ടോയും വിറച്ചു.

ഡാഡിയുടെ ചോദ്യംകേട്ട് ചെറുപ്പക്കാരൻ വിളറിയ ചിരിയോടെ പറഞ്ഞു. "എന്റെ ഗ്രാൻഡ്മായുടെ വീട് ഇവിടെ അടുത്താണ് അങ്കിൾ. ഞാൻ അവിടേക്കുപോകുകയായിരുന്നു."

"നിന്നോട് ഞാനന്ന് പറഞ്ഞതോർമ്മയുണ്ടല്ലോ. ഇനിമേലാൽ നീ അമ്മുവിനെ കാണാനോ വർത്തമാനം പറയാനോ ശ്രമിക്കരുത്. അമ്മുവിനോടും ഞാനതുതന്നെ പറഞ്ഞിട്ടുണ്ട്. ങ..... ഇനി നീ പൊയ്ക്കോ..." അതുകേട്ട് അനീഷ്സാർ ബൈക്ക് സ്റ്റാർട്ടാക്കി ഓടിച്ചുപോയി.

അയാൾ പോയിക്കഴിഞ്ഞപ്പോൾ, ഡാഡിയുടെ ദേഷ്യത്താൽ ചുവന്ന കണ്ണുകൾ കണ്ട് കൈലേസും ഫോട്ടോയും

പോക്കറ്റിലിടാൻ മറന്ന് വിറച്ചുകൊണ്ടുനിന്നിരുന്ന വിഷ്ണുവിനോട് ചോദിച്ചു.

"നിനക്കിവിടെ എന്താണ് കാര്യം. വാ വന്നു കാറിൽ കയറ്. നിന്റെ കയ്യിലെന്താണ്?"

ഡാഡി അവന്റെ കയ്യിലിരുന്ന കൈലേസും ഫോട്ടോയും പിടിച്ചു വാങ്ങി.

"ഓഹോ.. അപ്പോളിതാണല്ലേ കാര്യം. നീ കാറിൽ കയറ്. നിനക്കും അമ്മുവിനുമുള്ളത് ഞാൻ വീട്ടിൽച്ചെന്നിട്ടുതരാം." ഡാഡി അവനെ പിടിച്ചു വലിച്ചു കാറിൽകയറ്റി. പിന്നെ അതിവേഗതയിൽ കാറോടിച്ചുപോയി.

****

8

വിഷ്ണു കാറിലിരുന്ന് വിറകൊണ്ടു. സ്വന്തം ഹൃദയമിടിപ്പ് അവന് ഉച്ചത്തിൽ കേൾക്കാമായിരുന്നു... ഇന്നത്തോടെ തന്റെ കാര്യംതീർന്നു വെന്ന് അവനു തോന്നി .

ഉഗ്രമൂർത്തിയെപ്പോലുള്ള ഡാഡിയുടെ മുഖം കണ്ട് അവനു കര ച്ചിൽവന്നു. ഏങ്ങിയേങ്ങിയുള്ള അവന്റെ കരച്ചിൽകേട്ട് ഡാഡി ദേഷ്യ ത്തോടെ ചോദിച്ചു. "എന്തിനാ നീ വെറുതെ മോങ്ങുന്നത്. നിന്നെ ഞാൻ തല്ലിയോ ഇല്ലല്ലോ.. നിനക്കുള്ള ശിക്ഷ ഞാൻ വീട്ടിൽ ചെന്നിട്ട് തരാൻ പോകുന്നതേയുള്ളൂ. അതിനു മുൻപ് കരഞ്ഞു ശിക്ഷയുടെ കാഠിന്യ മൊന്നും കുറക്കാൻ നോക്കണ്ട. കൊള്ളാം. നല്ല ചേച്ചിയും അനിയനും. നിങ്ങൾ എത്രനാളായി ഇതു തുടങ്ങിയിട്ട്?" അവനെ ക്രുദ്ധനായി നോക്കി ക്കൊണ്ട് ചോദിച്ചു. "ഇല്ല ഡാഡി.. അമ്മുവേടത്തി... ഇപ്പോഴാണ് എന്നോ ടെല്ലാം പറയുന്നത്... അനീഷേട്ടനുമായി അമ്മുവേടത്തി കൂട്ടാണെന്നും മറ്റും." വിഷ്ണു തേങ്ങലുകൾക്കിടയിലൂടെ പറഞ്ഞൊപ്പിച്ചു.

"ഹും മൊട്ടേന്നു വിരിഞ്ഞില്ല. അതിനു മുൻപ് അവൻ അമ്മുവേട ത്തിയുടെ കൂട്ടുകാരന് ഗിഫ്റ്റ് കൊടുക്കാൻ നടക്കുന്നു."

ഡാഡി ദേഷ്യത്താൽ വിറകൊള്ളു ന്നതും പല്ലുകടിക്കുന്നതും അവൻ കണ്ടു. "വീട്ടിലേക്കു ചെല്ലട്ടെ. ഇന്നവളെ ഞാൻ ശരിയാക്കുന്നുണ്ട്. ഒരിക്കൽ എന്റെ കയ്യിൽ നിന്നും കിട്ടിയിട്ടവൾക്കു മനസ്സിലായിട്ടില്ല. ഇന്നത്തോടെ ഞാനവളെ ഒരു പാഠംപഠിപ്പി ക്കുന്നുണ്ട്."

ഡാഡിയുടെ വാക്കുകൾ അവനെ വല്ലാതെ, ഭയപ്പെടുത്തിയെങ്കിലും അല്പം കഴിഞ്ഞപ്പോൾ അവന്റെ ഭയം നേരിയതായി കുറഞ്ഞു. അവൻ നോക്കിയപ്പോൾ അദ്ദേഹം എന്തോ ആലോചനയിൽ മുഴുകി കാറോടിക്കുന്നതാണ് കണ്ടത്. പെട്ടെന്ന്

ഡാഡിയുടെ കാൽച്ചുവട്ടിൽ ചുരുട്ടിയ നിലയിൽ കിടക്കുന്ന കൈലേസും ഫോട്ടോയും അവന്റെ കണ്ണിൽപ്പെട്ടു. അവൻ കാലുകൊണ്ട് തോണ്ടി മെല്ലെ അത് തന്റെ സമീപത്തേക്ക് അടുപ്പിച്ചു. എന്നിട്ട് ഡാഡി കാണാതെ കുനിഞ്ഞ് അത് കയ്യിലെടുത്തു. അപ്പോൾത്തന്നെ തന്റെ പോക്കറ്റിൽ അവരണ്ടും നിക്ഷേപിക്കുകയും ചെയ്തു. ഏതോ ഗാഢമായ ചിന്തയിലായിരുന്നതു കാരണമാവാം ഡാഡിയുടെ ശ്രദ്ധയിൽ അതുപെട്ടില്ല. വിഷ്ണു ദീർഘശ്വാസം വിട്ടുകൊണ്ട് കാറിൽ കണ്ണടച്ചുകിടന്നു.

കാർ തങ്ങളുടെ വീടിന്റെ മുറ്റത്തെത്തിയയുടനെ സഡൻ ബ്രേക്കിട്ടു നിർത്തി, കാറിൽ നിന്നും ചാടിയിറങ്ങി ഡാഡി അമ്മുവേടത്തിയെ ഉറക്കെ വിളിച്ചു. "അമ്മു.... എടീ അമ്മൂ...നീ എവിടെയാണ്. നിന്നെ ഞാനൊന്നു നല്ലോണം കാണട്ടെ."

അപ്പോൾ രണ്ടുദിനം മുമ്പ് ക്ഷേത്രപരിസരത്ത് താൻകണ്ട, ഉറഞ്ഞു തുള്ളുന്ന തെയ്യക്കോലമാണ് ഡാഡിയെന്ന് വിഷ്ണുവിനുതോന്നി.

ഡാഡിയുടെ അലർച്ചകേട്ട് മമ്മിയും, അച്ഛമ്മയും ജാനുവമ്മയും എല്ലാം വാതിൽക്കൽ ഓടിയെത്തി.

അമ്മുവേടത്തിയും പേടിച്ചരണ്ട മാൻകിടാവിനെപ്പോലെ മുന്നിലെത്തി. ഡാഡി അപ്പോൾ അടുത്തുള്ള പുളിമരത്തിൽനിന്ന് ഒരുകൊമ്പു ഒടിച്ചെടുക്കുകയായിരുന്നു. തിരിഞ്ഞുനോക്കിയപ്പോൾ മുന്നിൽ വന്നു നിന്ന അമ്മുവേടത്തിയെ ഡാഡി രൂക്ഷമായിനോക്കി.

എന്നിട്ട് കയ്യിലിരുന്ന പുളിങ്കമ്പു കൊണ്ട് കാലിൽ ആഞ്ഞടിച്ചു കൊണ്ടു ചോദിച്ചു.

"ആരുപറഞ്ഞു നിന്നോട് അവനെ വിളിച്ചു വരുത്താൻ. അവൾ ഗിഫ്റ്റ് കൊടുക്കാൻ നടക്കുന്നു. അതും എട്ടും പൊട്ടും തിരിയാത്ത ചെക്കനെക്കൊണ്ട്."

വേദനകൊണ്ടുപുളഞ്ഞ അമ്മുവേടത്തി ഉറക്കെകരഞ്ഞു, കൈതൊഴുതു പറഞ്ഞു.

"ഇനി ഞാൻ ഇങ്ങനെ ചെയ്യുകയില്ല ഡാഡി. എന്നോടുക്ഷമിക്കണം. എന്നെ തല്ലരുത്. പ്ളീസ് ഡാഡി."

പെട്ടെന്ന് ഡാഡി എന്തുകൊണ്ടോ ശാന്തനായി തീർന്നു. അമ്മുവേടത്തിയുടെ കരച്ചിൽ ആകാം അതിനുകാരണം.

"ഉം... ഇനി ഇങ്ങനെകണ്ടാൽ നിന്നെ ബാക്കി വച്ചേക്കില്ല ഞാൻ."

പേടിച്ചുവിറച്ചു നിന്നിരുന്ന വിഷ്ണുവിന്റെ നേരെ തിരിഞ്ഞു ചോദിച്ചു.

"എന്താ നിനക്കും വേണോ. ഇനി അമ്മുവേടത്തിക്കുവേണ്ടി ഇങ്ങനെ എങ്ങാൻ ചെയ്യുന്നത് കണ്ടാൽ നിന്നെയും ബാക്കി വച്ചേക്കില്ല ഞാൻ. ഓർത്തോ."

കിലുകിലാ വിറച്ചുകൊണ്ട് വിഷ്ണു അതുകേട്ടുനിന്നു. അടികൊണ്ടില്ലെങ്കിലും അമ്മുവേടത്തിക്കു കൊണ്ട അടി അവന്റെ ശരീരത്തിൽ ആണ് പതിച്ചത്. വിഷ്ണു കരഞ്ഞുകൊണ്ട് അമ്മുവേടത്തിയെ കെട്ടിപ്പിടിച്ചു.. "മോനെ ഞാൻ കാരണം നീയും..."

അമ്മുവേടത്തി അവനെ തലോടിക്കൊണ്ട് പറഞ്ഞു.

എല്ലാം കണ്ടുനിന്ന മമ്മിയുടെയും അച്ഛമ്മയുടെയും ജാനുവമ്മയുടെയും കണ്ണുകൾ നിറഞ്ഞിരുന്നു

കണ്ണുതുടച്ച് അച്ഛമ്മ ശാസനയോടെ ചോദിച്ചു

"എന്തിനാ അമ്മൂ... നീ വേണ്ടാതീനങ്ങൾക്കൊക്കെ പോയത്. അതുകൊണ്ടല്ലേ അടി കൊണ്ടത്."

"ഇതെത്രാമത്തെ പ്രാവശ്യമാണെന്നോ ചേട്ടൻ അമ്മുവിനെ താക്കീതുചെയ്യുന്നത്. പറഞ്ഞാൽ കേൾക്കുകില്ലെങ്കിൽ എന്തുചെയ്യും. കണ്ട നസ്രാണിചെക്കന്മാരുടെകൂടെ..."

മമ്മിയും കണ്ണീർ തുടച്ച് അമ്മുവേടത്തിയെ ശാസിച്ചുകൊണ്ട് പറഞ്ഞു.

എല്ലാം കേട്ട് അവൾ അവിടെ നിന്നും ഓടി തന്റെ കട്ടിലിൽ ചെന്ന് വീണുകിടന്നു കരഞ്ഞു. വിഷ്ണു പുറകെയെത്തി അവളുടെ അടുത്തിരുന്നു. അവന്റെ കണ്ണുകൾ നിറഞ്ഞൊഴുകിക്കൊണ്ടിരുന്നു. അവളെക്കാൾ ദുഃഖം അവനനുഭവപ്പെട്ടു.

അല്പംകഴിഞ്ഞ് അച്ഛമ്മ അവിടെയെത്തി. കമിഴ്ന്നുകിടന്നു കരഞ്ഞുകൊണ്ടിരുന്ന അമ്മുവേടത്തിയെ തലോടിക്കൊണ്ടു പറഞ്ഞു.

"എന്തിനാമോളെ നീ ആ ചെക്കന്റെ പുറകെ പോണത്. അതുകൊണ്ടല്ലേ ഡാഡി നിന്നെ തല്ലണത്. ഇങ്ങിനെ അടികൊണ്ടു വേദനിക്കേണ്ട വല്ല കാര്യവുമുണ്ടോ

നിനക്ക്. മുമ്പ് നീ ഇങ്ങനെയൊന്നുമായിരുന്നില്യല്ലോ അമ്മൂ."

പെട്ടെന്ന് അവൾ എഴുന്നേറ്റിരുന്നുകൊണ്ട് ചോദിച്ചു.

"ഞാൻ... ഞാൻ... എന്തുതെറ്റാണ് അച്ഛമ്മേ ചെയ്തത്.... അനീഷ് സാർ നല്ലവനാണ്. മതം വേറെയായതുകൊണ്ട്, അദ്ദേഹം മനുഷ്യനല്ലാതാകുമോ അച്ഛമ്മേ."

"അതല്ല മോളെ കാര്യം. എണ്ണിച്ചുട്ട അപ്പംപോലെ അവൻ വാങ്ങിക്കുന്ന ശമ്പളംകൊണ്ട് നിങ്ങൾക്ക് ജീവിക്കാനാകുമോ.? നിനക്കറില്യ, നിന്റെ അച്ഛച്ചന് എത്ര സ്വത്തുണ്ടായിരുന്നുവെന്ന്. ഏക്കറുകണക്കിന് പാടവും പറമ്പും പിന്നെ തെക്കുള്ള എസ്റ്റേറ്റും എല്ലാം അങ്ങേർക്കുണ്ടായിരുന്നു. പിന്നെ എന്റെ വീട്ടിലും സ്വത്തുക്കൾ ആവശ്യത്തിനുണ്ടായിരുന്നു. ഇന്നിപ്പോൾ നിന്റെ ഡാഡിയും സഹോദരീസഹോദരന്മാരും അതെല്ലാം അനുഭവിക്കുന്നു. അവർക്കെല്ലാം സുഖമായിട്ട് കഴിയാനുള്ളത് അതിൽനിന്നുകിട്ടുന്നു. നീയിപ്പറഞ്ഞ അനീഷിന് ഇതുവല്ലതുമുണ്ടോ.?"

"അനീഷ് സാറിന് നല്ലൊരുഹൃദയമുണ്ട് അച്ഛമ്മേ. സ്വത്തും പണവുമൊക്കെ എന്നും നിലനിൽക്കുമെന്നാണോ അച്ഛമ്മ കരുതുന്നത്."

"ഞാൻ നിന്നോട് തർക്കിക്കാനില്ല്യ കുട്ട്യേ. നിന്റെ നന്മക്കുവേണ്ടിയാണു ഞങ്ങളെല്ലാം പറഞ്ഞുതരുന്നത്. നീ പഠിച്ചു ഡോക്ടറായി നല്ലൊരു ഡോക്ടറെത്തന്നെ കല്യാണം കഴിക്കുന്നത് കാണാനാണ് ഞങ്ങൾ ആഗ്രഹിക്കുന്നത്."

അച്ഛമ്മ അമ്മുവേടത്തിയെ ഉപദേശിച്ചുകൊണ്ടിരുന്നപ്പോൾ ഡാഡി വാതിൽക്കലെത്തി പറഞ്ഞു.

"നാളെ അമ്മുവിന് മംഗലാപുരത്ത് മെഡിക്കൽകോളേജിൽ അഡ്മിഷനുള്ള ഇന്റർവ്യൂ ഉണ്ട്. മാനേജ്മെന്റ് ക്വാട്ടയിൽ കിട്ടുന്ന സീറ്റാണ്. നിനക്ക് പ്ലസ്ടുവിന് നല്ല മാർക്കുണ്ടായിരുന്നതുകൊണ്ട് വിചാരിച്ചത്ര കാശുകൊടുക്കേണ്ടി വന്നില്ല. വെളുപ്പിനെ ഇവിടെനിന്ന് പോകുവാൻ തയ്യാറായിക്കോളൂ."

അവൾ അതുകേട്ട് ഒന്ന് ഞെട്ടിയെന്നുതോന്നി. എങ്കിലും അതു മറച്ചുവച്ച് മൃദുവായി പ്രതിവചിച്ചു.

"ഓക്കേ ഡാഡി."

"നിനക്ക് ഡ്രസ്സ് എന്തെങ്കിലും പർച്ചേസ് ചെയ്യണമെങ്കിൽ ഇന്ന് എന്റെയും മമ്മിയുടെയും കൂടെ വന്നോളൂ. ഞാനിന്നു ഫ്രീയാണ്." അമ്മുവേടത്തി ഒന്നുംമിണ്ടാതെ തലകുലുക്കിയത് കണ്ട് ഡാഡി തിരിഞ്ഞു നടന്നു .

പോകുമ്പോൾ തിരിഞ്ഞുനിന്ന് പറഞ്ഞു. "ങാ വിഷ്ണു, അമ്മുവിനെ ചുറ്റിപ്പറ്റി നില്ക്കാതെ നീ പോയിരുന്നുപഠിക്ക്. രണ്ടുദിവസത്തേക്ക് നിനക്ക് സ്കൂളില്ലെന്നു തോന്നുന്നു. തമിഴ് നാട്ടിലും പലയിടത്തും വെള്ളം പൊങ്ങിയതാണ് കാരണം. ഗവൺമെന്റ് സ്കൂളുകൾക്കൊക്കെ, അവധി പ്രഖ്യാപിച്ചിരിക്കുകയാണ്.."

ഡാഡി അവിടെനിന്നും തന്റെ മുറിയിലേക്ക് പോയിക്കഴിഞ്ഞപ്പോൾ അച്ഛമ്മ പറഞ്ഞു.

"നല്ല കാര്യായല്ലോ അമ്മൂ. ഇവിടത്തെ ഗുലുമാലിൽ നിന്നൊക്കെ നിനക്കിനി രക്ഷയായി. നല്ലവണ്ണം പഠിച്ചോളൂട്ടോ. നിന്നെ ഡോക്ടറായിക്കാണാൻ ഞങ്ങൾക്കൊക്കെ ധൃതിയായി." അച്ഛമ്മ അവിടെനിന്നും എഴുന്നേറ്റു നടന്നു.

വിഷ്ണുവാകട്ടെ അമ്മുവേടത്തി മംഗലാപുരത്തേക്ക് പോകുന്ന കാര്യമോർത്തു വിഷണ്ണനായിരുന്നു. അവളോട് ഡാഡി പറഞ്ഞ വാക്കുകൾ വിഷ്ണുവിലും ഞെട്ടലുളവാക്കി. അവൻ കരഞ്ഞുകൊണ്ട് ചോദിച്ചു

"അമ്മുവേടത്തി മംഗലാപുരത്ത് പഠിക്കാൻ പോവുകയാണല്ലേ. അപ്പോൾ ബോർഡിങ്ങിൽ നിന്നും വരുമ്പോൾ എനിക്കിനി ആരാണ് കൂട്ട്"

"എനിക്കും ഇവിടം വിട്ടുപോകാനിഷ്ടമില്ല വിഷ്ണു. പക്ഷെ ഡാഡി സമ്മതിക്കുകയില്ല. അതോർത്താണ് ഞാൻ മിണ്ടാതിരിക്കുന്നത്. എന്തുവന്നാലും ഡാഡിയെ പിണക്കാൻ എനിക്കിഷ്ടമില്ല."

"അപ്പോൾ അമ്മുവേടത്തി നാളെപോകും അല്ലെ? ഞാനും രണ്ടു ദിവസം കഴിഞ്ഞാൽ സ്കൂളിലേക്ക് പോകും. പിന്നെ വല്ലപ്പോഴുമേ നമ്മൾ തമ്മിൽ കാണുകയുള്ളൂ. ഇനി അവധിക്ക് ഞാനിവിടെ വരുമ്പോൾ അമ്മുവേടത്തി ഉണ്ടാവുകയില്ലല്ലോ. എനിക്കാകെ ബോറടിക്കും അമ്മുവേടത്തി."

ആ മാറിൽ വീണു കരയുമ്പോൾ അമ്മുവേടത്തി ആശ്വസിപ്പിച്ചു.

"സാരമില്ല മോനെ. എല്ലാം നമ്മുടെ നല്ലതിനുവേണ്ടിയാണെന്ന് വിചാരിക്കാം. പക്ഷെ അനീഷ്സാറിനെ കാണാതെ അത്രയുംനാൾ കഴിയേണ്ടിവരുന്നതോർക്കുമ്പോഴാണ് എനിക്ക് സങ്കടം.."

"അമ്മുവേടത്തിക്ക് ഇപ്പോഴും ഞാനല്ല വലുത്, അനീഷ്സാറാണല്ലേ. അമ്മുവേടത്തി ഒരു ചീത്തക്കുട്ടിയാണെന്ന് എനിക്കിപ്പോഴാണ് മനസ്സിലായത്. അമ്മുവേടത്തിയോട് ഞാനിനി കൂടില്ല."

വിഷ്ണു അവിടെനിന്നും പരിഭവിച്ച് എഴുന്നേറ്റുപോകാൻ തുനിഞ്ഞു.

"അരുതു മോനെ, നീ പിണങ്ങിപ്പോകരുത്. നീ കഴിഞ്ഞേ എനിക്ക് മറ്റാരുംഉള്ളൂ."

"വേണ്ട.... എന്നോടുമിണ്ടണ്ട... അമ്മുവേടത്തി ഇനി പഠിക്കണ്ട. ഡോക്ടറും ആകണ്ട..... അനീഷ് സാറിനോട് തന്നെ കൂടിക്കോളൂ.... എന്നിട്ട് ഡാഡിയുടെ തല്ലും വാങ്ങികൂട്ടിക്കോളൂ."

വിഷ്ണു വെറുപ്പോടെ മുഖം തിരിച്ചു പറഞ്ഞു.

ഡാഡിയുടെ തല്ലിന്റെവേദന അമ്മുവേടത്തി ഇത്രപെട്ടെന്ന് മറന്നോ എന്ന് അവൻ ഇതിനിടയിൽ അത്ഭുതത്തോടെ

ചിന്തിച്ചു. വിഷ്ണുവിന്റെ വാക്കുകൾകേട്ട് അവൾ അല്പനേരം സ്തംഭിച്ചിരുന്നു. പിന്നീട് വിഷാദഭാവത്തിൽ അവനെ ചേർത്തുപിടിച്ചു പറഞ്ഞു.

"ഇല്ല മോനെ. എനിക്കിപ്പോഴാണ് എന്റെ തെറ്റുമനസ്സിലായത്. നിന്നെക്കൂടി ഞാൻ ചീത്തകുട്ടിയാക്കാൻ നോക്കി. ഇനി മുതൽ ഞാൻ ഡാഡി പറയുന്നതുപോലെ നല്ലതുപോലെ പഠിക്കും. എന്നിട്ട് ഒരു നല്ല ഡോക്ടറാകും. അതുവരെ അനീഷ്സാറിനെപ്പറ്റി ഓർക്കുകയില്ല."

"സത്യം." അത്ഭുതത്താൽ വിടർന്നകണ്ണുകളോടെ അവൻ ചോദിച്ചു. "അതെ. സത്യം വിഷ്ണു. നീയാണെന്റെ കണ്ണുതുറപ്പിച്ചത്. പഠിക്കേണ്ട പ്രായത്തിൽ പഠിക്കുകയാണ് വേണ്ടത്. ഒരു വിവാഹത്തെപ്പറ്റി അതുകഴിഞ്ഞേ ചിന്തിക്കാൻ പാടുള്ളു എന്ന് എനിക്കിപ്പോൾ മനസ്സിലായി. നാളെ ഞാൻ സന്തോഷത്തോടെ മംഗലാപുരത്തേക്കു പോകും വിഷ്ണു. നിന്നെ വിട്ടുപിരിയുന്നതിൽ മാത്രമേ എനിക്കിപ്പോൾ വിഷമമുള്ളു."

ആ വാക്കുകൾ വിഷ്ണുവിനെ ആഹ്ളാദവാനാക്കി. തന്റെ അമ്മു വേടത്തിക്ക് മാനസാന്തരം വന്നതിൽ അവൻ സന്തോഷിച്ചു. എങ്കിലും ദീർഘനാളത്തേക്ക് അമ്മുവേടത്തിയെ പിരിയേണ്ടി വരുന്നതോർത്തു അവനു സങ്കടം സഹിച്ചില്ല. അമ്മുവിനും അതേ വികാരമായിരുന്നു.

ആ സഹോദരങ്ങൾ പരസ്പരം കെട്ടിപ്പിടിച്ച് അല്പനേരം പൊട്ടിക്കരഞ്ഞു. പിന്നീട് സ്വയം സമാധാനിച്ചതുപോലെ അമ്മു വിഷ്ണുവിനോടു പറഞ്ഞു. "സാരമില്ല മോനെ. ഈവേർപാട് നല്ലതിനാണെന്നു വിചാരിക്കാം. ഡാഡിയുടെ ആഗ്രഹങ്ങൾ നമുക്കു നിറവേറ്റിക്കൊടുക്കാം. പുറമെ കർക്കശക്കാരനെങ്കിലും ഡാഡി നമ്മെ ഒരുപാട് സ്നേഹിക്കുന്നുണ്ട്..."

അവൾ കണ്ണുനീർതുടച്ച് പുഞ്ചിരിയോടെ വിഷ്ണുവിനെ നോക്കി. വിഷ്ണുവും കണ്ണുനീരിനിടയിലൂടെ പുഞ്ചിരിച്ചുകൊണ്ട് അത് സമ്മതിച്ചു.

പിന്നീട് അമ്മുവേടത്തി വൈകീട്ടത്തെ ഷോപ്പിംഗിനുള്ള ഒരുക്കങ്ങൾ തുടങ്ങിയപ്പോൾ വിഷ്ണു തന്റെ മുറിയിലേക്ക് മടങ്ങിപ്പോന്നു. പുസ്തകം നിവർത്തിവച്ചുവെങ്കിലും അവന് ഒന്നുംപഠിക്കുവാൻ കഴി

ഞ്ഞില്ല. മമ്മിവന്നു ആഹാരം കഴിക്കുവാൻ വിളിച്ചിട്ടും അവൻ പോയില്ല. അവന് വിശപ്പ് ഒട്ടും ഇല്ലായിരുന്നു. ഉച്ചക്കുശേഷം ഡാഡിയും മമ്മിയും അമ്മുവേടത്തിയുംകൂടി ഷോപ്പിംഗിനു പോകുവാൻ തയ്യാറായി. വിഷ്ണുവിനെയും അവർ വിളിച്ചുവെങ്കിലും അടുത്തുവരുന്ന പരീക്ഷയ്ക്ക് പഠിക്കുവാൻ ധാരാളമുള്ളതുകൊണ്ട് വേണ്ട എന്നു ഡാഡി പറഞ്ഞു. അവർ പോയപ്പോൾ അവനു ബോറടിച്ചു തുടങ്ങി . ജനലിലൂടെ നോക്കിയപ്പോൾ അതുവരെ തകർത്തുപെയ്തിരുന്ന മഴ അല്പം തോർന്നിരിക്കുന്നതു കണ്ട്, അവൻ വെറുതെ മുറ്റത്തേക്കിറങ്ങി നടന്നു..

അകത്തു അച്ഛമ്മ നല്ലഉറക്കത്തിലാഴ്ന്നു കിടക്കുന്നതു അവൻ കണ്ടിരുന്നു. ജാനുവമ്മയും ഏതൊക്കെയോ ജോലികളിൽ വ്യാപൃതയായി അടുക്കളയിൽ നിന്നിരുന്നു.

പുഴയിറമ്പത്തേക്കാണ് വിഷ്ണുനടന്നത്.

പുഴയിൽ വെള്ളം നിറഞ്ഞുതുടങ്ങിയിരുന്നു.

തന്റെ കൈയിലപ്പോഴും അമ്മുവേടത്തി അനീഷ് സാറിന് കൊടുക്കാൻ ഏൽപ്പിച്ച കൈലേസ് ഉള്ളത് അവനോർത്തു.

കാവതിക്കാക്ക തന്റെ നനഞ്ഞചിറകുകൾ കുടഞ്ഞ് അലക്കുകല്ലിലിരിക്കുന്നുണ്ടായിരുന്നു

അതിന്റെ കഴുത്തിൽ അമ്മുവേടത്തി കെട്ടിക്കൊടുത്ത മണി ശബ്ദമുണ്ടാക്കിക്കൊണ്ടിരുന്നു. എന്തോ പരാതി പറയുന്നതുപോലെ കാവതി വിഷ്ണുവിനെ നോക്കിക്കരഞ്ഞു.

അമ്മുവേടത്തി ഇല്ലാത്തതുകാരണം കാവതി ഇന്ന് പട്ടിണിയിലാണല്ലോ എന്നവനോർത്തു.

അടുക്കളയിൽച്ചെന്ന് എന്തെങ്കിലും എടുത്തുകൊണ്ടു വരുമ്പോഴേക്കും അത് പറന്നുപോയാലോ. ഏതായാലും എടുത്തുകൊണ്ടുവന്നു നോക്കാം എന്നുവിചാരിച്ചു അവൻ അടുക്കളയിലേക്കു നടന്നു. അവനെക്കണ്ടു ജാനുവമ്മ ചോദിച്ചു.

"കുഞ്ഞെന്താ ഉച്ചക്കൊന്നും കഴിക്കാൻ വരാതിരുന്നത്. രാവിലെയും ഒന്നും കഴിച്ചില്ല."

"എനിക്കൊന്നും വേണ്ടാഞ്ഞിട്ടായിരുന്നു ജാനുവമ്മേ. വിശപ്പില്ലായിരുന്നു" സത്യത്തിൽ ഡാഡി തന്നെയും അമ്മുവേടത്തിയെയും വഴക്കുപറഞ്ഞതും അമ്മുവേടത്തിയെ തല്ലിയതുമൊക്കെ അവന്റെ മന

സ്സിൽ വലിയമുറിവുണ്ടാക്കിയിരുന്നു. അതാണവന്റെ വിശപ്പുകെട്ടു പോയത്.

"അല്ലാ... കുട്ടന്റെ മുഖമെന്താ വല്ലാതെ വാടിയിരിക്കുന്നതു. പട്ടിണിയിരുന്നിട്ടാണോ. അതുമാത്രമല്ല എന്നു തോന്നുന്നു. ഇവിടെ വരൂ. പനിയുണ്ടോന്ന് നോക്കട്ടെ." ജാനുവമ്മ അടുത്തുവന്നു നെറ്റിയിൽ കൈവച്ചുനോക്കി.

"ഹും... ചെറിയ പനിയുണ്ടെന്നു തോന്നുന്നു. ഇന്ന് മഴച്ചാറ്റൽ കൊണ്ടുഅല്ലെ."?

ജാനുവമ്മയുടെ ചോദ്യങ്ങൾക്കൊന്നും ഉത്തരം നൽകാതെ വിഷ്ണു മിണ്ടാതിരുന്നു. ഏതോ ദുഃഖം അവനെ അലട്ടുന്നതായി അവർക്കു തോന്നി. അതെന്താണെന്ന് അവനുതന്നെ അറിയാത്ത ദുഃഖം. അതൊരുപക്ഷെ രാവിലത്തെ സംഭവങ്ങൾ കാരണമാകാമെന്ന് അവർ ഊഹിച്ചു. അമ്മുവിനെ അവളുടെ ഡാഡി തല്ലിയത് എന്തിനാണെന്ന് അവർക്കു പൂർണ്ണമായി മനസ്സിലായിരുന്നില്ല. എങ്കിലും ഏതാണ്ടൊക്കെ അവർ അനുമാനിച്ചു.

അവർക്കും അതേപ്രായത്തിൽ ഒരു മകളുണ്ടായിരുന്നു.

"കുഞ്ഞേ എന്തെങ്കിലും കഴിച്ചില്ലെങ്കിൽ പനികൂടും." ജാനുവമ്മ ഓർമ്മിപ്പിച്ചു. "എങ്കിലെനിക്കിത്തിരി ചോറുതാ ജാനുവമ്മേ. ഒരു ചെറിയ പ്ലേറ്റിൽ തന്നാൽ മതി."

അവർ ഒരു പ്ലേറ്റിൽ ചോറും കറികളും എടുത്ത് മേശപ്പുറത്തുവച്ചു. അല്പം കഴിച്ചശേഷം വിഷ്ണു ജാനുവമ്മ കാണാതെ ആ പ്ലേറ്റുമായി പുറത്തേക്കിറങ്ങി.

അവൻ നേരെപോയത് കാവതികാക്കയുടെ അടുത്തേക്കാണ്. അവിടെ കാവതി അവനെ പ്രതീക്ഷിച്ചെന്നവണ്ണം ഇരുന്നിരുന്നു. ചോറും കറികളും അതിന്റെ മുന്നിൽ വച്ച് അവൻ പറഞ്ഞു. "ഇതുകഴിച്ചോളൂ കാവതിക്കാക്കേ. ഇന്ന് അമ്മുവേടത്തി ഇവിടെയില്ല. വരുമ്പോഴേക്കും ഒരുനേരമാകും."

അവൻ മുന്നിൽ വച്ചുകൊടുത്ത ആഹാരത്തിലേക്കു ഒന്ന് നോക്കിയശേഷം അത് മാറിയിരുന്നു.

"എന്താ കാവതി അമ്മുവേടത്തി തരാത്തതുകൊണ്ടാണോ. ഞാൻ

പറഞ്ഞില്ലേ അമ്മുവേടത്തി ഷോപ്പിംഗിനുപോയിരിക്കുകയാണ്. തിരിച്ചുവരുമ്പോൾ താമസിക്കും. അല്ലെങ്കിലും അമ്മുവേടത്തി ദൂരെ മംഗലാപുരത്തേക്ക് പോകുകയാണല്ലോ. അപ്പോൾ ഇനിമുതൽ നിനക്കുള്ള ആഹാരം ജാനുവമ്മയായിരിക്കും എടുത്തുതരുന്നത്.”

അതുകേട്ട് കാവതിയുടെ കണ്ണുകൾ നിറഞ്ഞുവെന്നുതോന്നി. വിഷ്ണു അടുത്തു ചെന്ന് അതിന്റെ പുറംതലോടിക്കൊണ്ട് പറഞ്ഞു.

“സാരമില്ല കാവതി. ഇക്കാര്യത്തിൽ ഞാനും നീയുമൊക്കെ തുല്യ ദുഖിതരാണ്. ഏടത്തിയെ കാണാതിരിക്കാൻ എനിക്കും ആവുകയില്ല.” പെട്ടെന്ന് കാവതി കാകാ എന്നുപറഞ്ഞു ചിറകുവിടർത്തി. അത് ആഹാരം കഴിക്കാതെ പറന്നുപോകാനൊരുങ്ങുകയാണെന്ന് വിഷ്ണുവിന്

തോന്നി. അവൻ പെട്ടെന്ന് പോക്കറ്റിലുള്ള കൈലേസിനെക്കുറിച്ചോർത്തു.

അവനു ഒരു ബുദ്ധിതോന്നി. കാവതിയുടെ കഴുത്തിലുള്ള ചരടിൽ കൈലേസ് കോർത്ത് കെട്ടിയശേഷം അവൻ പറഞ്ഞു

"അനീഷ്സാർ പട്ടണത്തിലുള്ള പാർക്കിൽ വരുമ്പോൾ നീ ഇത് കൊണ്ടുപോയി അനീഷ്സാറിന്റെ കയ്യിൽ കൊടുക്കണം. നിന്നെക്കുറിച്ച് അമ്മുവേടത്തി അനീഷ് സാറിനോട് പറഞ്ഞിട്ടുണ്ടാകണം. കഴുത്തിൽ മണികെട്ടിയ നിന്നെ അദ്ദേഹം തിരിച്ചറിയാതിരിക്കില്ല. ഇതാണ് അനീഷ് സാർ."

അവൻ തന്റെ കയ്യിലുള്ള അനീഷ് സാറിന്റെ ഫോട്ടോ കാവതിയെ കാണിച്ചുകൊണ്ടുപറഞ്ഞു. എല്ലാം മനസ്സിലായതുപോലെ കാവതി വിഷ്ണുവിനെ

തൃപ്തിപ്പെടുത്താനെന്നവണ്ണം അല്പം ചോറ് കൊത്തിത്തിന്നശേഷം അവിടെ നിന്നും പറന്നുപോയി. അതിന്റെ കഴുത്തിൽ അപ്പോൾ ആ കൈലേസ് തൂങ്ങിക്കിടന്നാടുന്നുണ്ടായിരുന്നു. മഴനനഞ്ഞാലും കൈലേസിലെ ചിത്രപ്പണി മായുകയില്ലല്ലോ എന്ന് അവനോർത്തു.

വിഷ്ണു പുഴയിലേക്ക് നോക്കിനിന്നു.

അവന്റെ കണ്ണുകളും പുഴയും ഒന്നായൊഴുകി. പെട്ടെന്ന് അവന് പുഴയോട് വല്ലാത്ത സ്നേഹം തോന്നി. പുഴക്കരികിൽ കെട്ടിയിട്ടിരിക്കുന്ന തോണി അവൻ കണ്ടു. പുഴ നിറഞ്ഞതിനാൽ കടത്തുകാരൻ കുഞ്ഞഹമ്മദ് ഇന്ന് തോണിതുഴയാൻ എത്തുകയില്ലെന്നു അവനറിയാമായിരുന്നു .

അവനാ തോണിയിൽ കയറുവാനായി തുനിഞ്ഞു. കരയിൽ ശ്വാസംമുട്ടി പിടഞ്ഞു കിടക്കുന്ന വരാൽ മത്സ്യത്തെ അവൻ കണ്ടത് അപ്പോഴാണ്. അവൻ വേഗം അടുത്തു ചെന്ന് മത്സ്യത്തിനെ കയ്യി ലെടുത്തു.

പുഴയിൽ വെള്ളംപൊങ്ങിയപ്പോൾ ഞാൻ കരയിലടിഞ്ഞതാണ്.

"ഞാനിപ്പോൾ ചാവും. എന്നെ നീ പുഴയിലേക്കു തന്നെ വിടുക."

ദയനീയമായ കണ്ണുകളോടെ മൽസ്യം അപേക്ഷിക്കുന്നതായി അവന് തോന്നി . അവൻ അതിനെ മെല്ലെ തടവിക്കൊണ്ടുപറഞ്ഞു.

"നീ... പുഴയിലേക്കുതന്നെ വേഗം പൊയ്ക്കൊള്ളുക. ഇവിടെ ക്കിടക്കുന്നത് മറ്റാരെങ്കിലുംകണ്ടാൽ അവർ നിന്നെ ആഹാരമാക്കും."

ഒട്ടും താമസിയാതെ അവനതിനെ പുഴയിലേക്കൊഴുക്കിവിട്ടു.

അപ്പോൾ അതിന്റെ കണ്ണുകളിൽ നിറയുന്ന നന്ദിയുടെ പ്രകാശകി രണങ്ങൾ അവൻ കണ്ടു.

വിഷ്ണുവിന്റെ ശ്രദ്ധ വീണ്ടും തോണിയിലേക്കുതിരിഞ്ഞു. അവൻ അതിൽ കയറിയിരുന്നു പങ്കായം എടുത്ത് തുഴഞ്ഞുകൊണ്ട് മുന്നോട്ടുനീങ്ങി. മഴ അപ്പോൾ തകർത്തുപെയ്യുന്നുണ്ടായിരുന്നു. മഴയെ വകവക്കാതെ വിഷ്ണു ഏറെദൂരം മുന്നോട്ടുകുതിച്ചു. പുഴയിൽവെള്ളം പൊങ്ങിക്കൊണ്ടിരുന്നു. ഒടുവിൽ വഞ്ചിയിലും വെള്ളം നിറഞ്ഞു, മുങ്ങുമെന്ന സ്ഥിതിയിലായി. വിഷ്ണുവിന് അല്പം ഭയം തോന്നിത്തു ടങ്ങി. വഞ്ചിതിരിക്കാൻ അവൻ ശ്രമിച്ചുവെങ്കിലും ആ ശ്രമംവിഫലമായി.

പെട്ടെന്ന് ആകാശത്ത് ഇടിയും മിന്നലും മുഴങ്ങി. ഭയപ്പാടോടെ അവൻ മുകളിലേക്കുനോക്കി. ഏതോ പിശാച് രൂപി ആകാശത്ത് പുളയുന്നതായി തോന്നി. ആ രൂപം ഇപ്പോൾ താഴേക്കിറങ്ങിവന്നു തന്നെ പിടിക്കുമെന്നവൻ ഭയപ്പെട്ടു. ഒടുവിൽ വെള്ളംനിറഞ്ഞ് വള്ളം ചരിയാനും മറി യാനും തുടങ്ങി.

പിശാച്‌രൂപി അടുത്തുതന്നെ ഇരുകരങ്ങളും നീട്ടി നിൽക്കുന്നതായി അവനുതോന്നി.

വള്ളത്തിൽ അള്ളിപ്പിടിച്ചു കിടന്നിട്ടും ആ രൂപം അവനെ വെള്ളത്തിലേക്ക് തള്ളി യിട്ടു. പുഴ വെള്ളത്തിൽ മുങ്ങിത്താഴ്ന്ന

അവന്റെ വായിൽ കലക്കവെള്ളം നിറഞ്ഞു, വല്ലാതെ ശ്വാസം മുട്ടി. ഇടക്ക് വെള്ളത്തിൽ നിന്ന് പൊങ്ങിവരുമ്പോൾ ഡാഡിയെയും മമ്മിയെയും അമ്മുവേടത്തിയെയും വിളിച്ചു അവൻ അലറിക്കരഞ്ഞു. പക്ഷെ ആരും രക്ഷക്കെത്തിയില്ല. അപ്പോഴേക്കും കരയിൽ നിന്നും ഏറെദൂരം മുന്നോട്ടുയാത്ര ചെയ്തുകഴിഞ്ഞിരുന്നു. ഒടുവിൽ ബോധംനഷ്ടപ്പെട്ട് അവൻ വെള്ളത്തിനടിയിലേക്ക് താണുപോയി. അങ്ങനെ ഒന്നുരണ്ടു ദിവസങ്ങൾ പിന്നിട്ടു. അപ്പോഴും മഴ തകർത്തുപെയ്തുകൊണ്ടിരുന്നു.

****

9

വനവാസികളായ മല്ലനും മാരയും പുഴക്കരയിൽ മീൻ പിടിക്കാൻ എത്തിയതായിരുന്നു. കരയോടടുത്തു അവർ ഒരു ശരീരം കിടക്കുന്നതു കണ്ടു. അടുത്തു ചെന്നു നോക്കിയപ്പോൾ അതൊരു ബാലന്റേതാണെന്നു മനസ്സിലായി. അവർ മൂക്കിൽ കൈവച്ച് നോക്കിയപ്പോൾ നേരിയ ശ്വാസോച്ഛ്വാസം അനുഭവപ്പെട്ടു. അവർ അവനെ ചുമന്നു തങ്ങളുടെ കുടിലിലെത്തിച്ചു വേണ്ട ശുശ്രൂഷകൾ നൽകി. കുടിലിൽ അവനേക്കാൾ രണ്ടു വയസ്സിനിളപ്പമുള്ള മാല എന്നുപേരുള്ള ഒരു പെൺകുഞ്ഞ് അവർക്കുണ്ടായിരുന്നു. അതുകൊണ്ടുതന്നെ അവർക്കവനോട് പുത്രസഹജമായ വാത്സല്യം തോന്നി. കാട്ടിൽ നിന്നും കല്ലൻ ചില പച്ചമരുന്നുകൾ പറിച്ചുകൊണ്ടുവന്നു അവന്റെ മൂക്കിലിറ്റിച്ചു. അടുത്തുനിന്നും മാറാതെ കല്ലനും മാരയും മാലയും അവനെ ശുശ്രൂഷിച്ചു. അങ്ങനെ ഏതാനും ദിവസങ്ങൾ പിന്നിട്ടു. ഒരു ദിനം വിഷ്ണു കണ്ണുതുറന്ന് ചുറ്റും നോക്കി. അവന്റെ കണ്ണുകൾ മാരയിൽ തറഞ്ഞുനിന്നു. "മമ്മി" അവൻ അസ്പഷ്ടമായി പുലമ്പിയതുകേട്ട് മാര ചോദിച്ചു. "എന്ന ശൊന്നത് തമ്പ്രാ." അവനോട് തമിഴിൽ മാര ചോദിച്ചതെന്തെന്ന് വിഷ്ണുവിനും, വിഷ്ണു പറഞ്ഞതെന്തെന്നു മാരക്കും മനസിയിലായില്ല. പക്ഷെ അവർക്കിടയിൽ സംസാര ഭാഷയേക്കാളുപരിയായി ഹൃദയത്തിന്റെ ഭാഷയാണ് വർത്തിച്ചത്.

കല്ലൻ താൻ കാട്ടിൽനിന്നും ശേഖരിച്ച കാട്ടുതേനും ഫലങ്ങളും അവനു നൽകി. അങ്ങനെ ആരോഗ്യം വീണ്ടെടുത്ത് വിഷ്ണു ഉന്മേഷവാനായി. ഒടുവിൽ വിഷ്ണുവിന് എഴുന്നേറ്റുനടക്കാമെന്നായി. അപ്പോൾ മാല അവനെ കാട്ടിലേക്കു കളിക്കുവാൻ കൂട്ടിക്കൊണ്ടുപോയി. മാലയോടോപ്പം അവൻ കളിക്കാനായി പുഴക്കരയിലേക്കോടി. മൽസ്യത്തെ ചൂണ്ടയിട്ട്

പിടിച്ചും കായ്കനികൾ ഭക്ഷിച്ചും വള്ളിക്കുടിലിലിലൂഞ്ഞാലാടിയും അവർ കാട്ടിൽ കളിച്ചുരസിച്ചു നടന്നു. ക്ഷീണിച്ചപ്പോൾ പുഴക്കരയിൽ വിശ്രമിച്ചു. അപ്പോൾ വിഷ്ണുവിന്റെ നോട്ടം പുഴയിലേക്കുനീണ്ടുചെന്നു.

ഈ പുഴ നീന്തിക്കടന്നാൽ തനിക്കു തന്റെ വീട്ടിലെത്താനാകുമെന്നു അവൻ വ്യാമോഹിച്ചു. ഡാഡിയെയും മമ്മിയെയും അമ്മുവേടത്തിയെയും ഒക്കെ കാണുവാൻ അവൻ ഏറെ ആഗ്രഹിച്ചു. അവന്റെ ഹൃദയവേദന മനസ്സിലാക്കിയിട്ടെന്നതുപോലെ മാല അവനോട് പറഞ്ഞു.

'തമ്പ്രാ എന്ന നിനച്ചിട്ടേൻ എന്ന് എനക്ക് തെരിയലാം. അപ്പേം അമ്മേം പാക്കണമെന്നു താനെ നിനച്ചിട്ടേൻ."

അത്രയും ദിവസംകൊണ്ട് മാലയുടെ ഭാഷ അവനും അവന്റെ ഭാഷ മാലക്കും ഏതാണ്ട് മനസ്സിലായിത്തുടങ്ങിയിരുന്നു. അവർ പരസ്പരം മനസ്സിലാകുന്ന വിധത്തിൽ തങ്ങളുടെ ഭാഷ സംസാരിച്ചു. മാലയുടെ ചോദ്യത്തിനുത്തരമായി വിഷ്ണു പറഞ്ഞു.

"അതുതന്നെയാണ് ഞാൻ ആലോചിച്ചുകൊണ്ടിരുന്നത്. എന്റെ ഡാഡിയും മമ്മിയും ഇപ്പോൾ എന്നെ കാണാതെ വിഷമിക്കുന്നുണ്ടാകും' അവൻ പറഞ്ഞു. "അത് റൊമ്പ ശരി താനെ. ഉന്നൈ കാണാതെ അപ്പേം അമ്മേം ഇന്ത നാളുവരേയ്ക്കും അഴകിയിട്ടേ ഇരിപ്പേൻ."

അപ്പോൾ വിഷ്ണു ഓർക്കുകയായിരുന്നു .

അവരിപ്പോൾ തന്നെക്കാണാതെ പോലീസിൽ അറിയിച്ചിട്ടുണ്ടാകും. അല്ലെങ്കിൽ പുഴയിൽ മുങ്ങിച്ചത്ത് കാണുമെന്നു വിചാരിച്ചു കരഞ്ഞു വിളിച്ചിട്ടുണ്ടാകും. എന്റെ അമ്മുവേടത്തി എന്നെക്കാണാതെ മരിക്കാൻ വരെ തയ്യാറായിട്ടുണ്ടാകും. എല്ലാമോർത്തപ്പോൾ വിഷ്ണുവിന് സങ്കടം സഹിക്കാതെയായി. അവൻ അവിടെയിരുന്നു പൊട്ടിക്കരഞ്ഞു.

അപ്പോൾ "അഴാതെ തമ്പ്ര" എന്നു പറഞ്ഞു മാല അവനെ ആശ്വസിപ്പിച്ചു. അപ്പോഴാണ് ഏതാനുംപേർ അങ്ങോട്ടേക്ക് നടന്നുവരുന്നതവർ കണ്ടത്. അവരുടെ കൈയ്യിൽ കുന്തവും മറ്റും കണ്ടു മാല ഭയപ്പാടോടെ ചാടി എഴുന്നേറ്റു .

"മൂപ്പന്റെ ആള്". അവൾ അസ്പഷ്ടമായി പ്രതിവചിച്ചുകൊണ്ട് വിഷ്ണുവിന്റെ കൈപിടിച്ചു ഓടാൻ തുടങ്ങി. എന്നാൽ

മൂപ്പന്റെ പടയാളികൾ അവരെ തടഞ്ഞുനിർത്തി. അനങ്ങിയാൽ കൊന്നുകളയുമെന്ന് ഭീഷണിപ്പെടുത്തി. മാലയും വിഷ്ണുവും പേടിച്ചരണ്ട് നിന്നിടത്തുതന്നെ നിന്നു. അപ്പോൾ അവർ, രണ്ടുപേരെയും കയർകൊണ്ട് വരിഞ്ഞുകെട്ടി. പിന്നെ താവളത്തിലേക്ക് കമ്പുകൾ കൂട്ടിക്കെട്ടിയുണ്ടാക്കിയ മഞ്ചലിൽ എടുത്തു കൊണ്ടുപോയി .

കാട്ടിനു നടുക്കുള്ള താവളത്തിൽ, മൊട്ടത്തലയും ചുവന്ന കണ്ണുകളും ഉള്ള അവരുടെ മൂപ്പനുണ്ടായിരുന്നു.

കാട്ടുപച്ചിലകൾ അരയിലും കഴുത്തിലും ചുറ്റി കുന്തവുമായി നിന്നിരുന്ന ആ രൂപം വിഷ്ണുവിനെ വല്ലാതെ ഭയപ്പെടുത്തി. മൂപ്പന്റെ കണ്ണുകളിൽ വല്ലാത്തൊരു ക്രൗര്യം നിറഞ്ഞുനിന്നു. ചുണ്ടുകളിൽ പൈശാചികമായ പുഞ്ചിരിയും. ഈ കുട്ടികളെ എവിടെ നിന്നാണ് ലഭിച്ചതെന്ന് അയാൾ തന്റെ ഭാഷയിൽ അനുയായികളോടന്വേഷിച്ചു. കാട്ടിൽ നിന്നാണെന്ന മറുപടി കേട്ടയുടനെ അയാൾ ഉച്ചത്തിൽ ചിരിച്ചു. പിന്നെ അന്നത്തെ പൗർണമിപൂജക്ക് കാളിക്കു ബലിയർപ്പിക്കാൻ ഇവരെ മതിയെന്നും അറിയിച്ചു . അതുകേട്ടു വിഷ്ണുവും മാലയും പേടിച്ചുവിറച്ചു . അവരെ അവിടെ ഒരു മരത്തിലവർ വരിഞ്ഞു കെട്ടിയിരിക്കുകയായിരുന്നു. അല്പം കഴിഞ്ഞു കല്ലനും മാരയും അവിടെ ഓടിയെത്തി.

അവരോട് മൂപ്പന്റെ ആൾക്കാരിലാരോ പറഞ്ഞറിഞ്ഞതാണ്. അവർ നെഞ്ചത്തടിച്ചു നിലവിളിക്കുന്നതുകണ്ടു മൂപ്പൻ കാര്യമന്വേഷിച്ചു. അപ്പോൾ മാര, മാല തന്റെ മകളാണെന്നും അവളെ വെറുതെ വിടണമെന്നും കരഞ്ഞുകൊണ്ട് അപേക്ഷിച്ചു. പൂജക്ക് ബലിയർപ്പിക്കേണ്ടത് നാട്ടുവാസികളെ ആണെന്നും കാട്ടുവാസികളെ അവർക്കുവേണ്ടെന്നും മൂപ്പൻ പറഞ്ഞു. തുടർന്ന് മാലയെ അവർ മോചിപ്പിച്ചു. വിഷ്ണുവിനെക്കൂടി മോചിപ്പിക്കുവാൻ മാര ആവശ്യപ്പെട്ടുവെങ്കിലും, അത് സാധിക്കുകയില്ലെന്നു മൂപ്പൻ അറിയിച്ചു. മാത്രമല്ല ആ നിമിഷം അവിടന്ന് പോയില്ലെങ്കിൽ മാലയെക്കൂടി കാളിക്ക് ബലിയർപ്പിക്കുമെന്നും അറിയിച്ചു .

ഭയന്നുപോയ കല്ലനും മാരയും മാലയെയുംകൊണ്ട് അവിടെനിന്നും യാത്രയായി. പക്ഷെ മാല അച്ഛനമ്മമാരോടൊപ്പം പോകു

വാൻ വിസമ്മതിച്ചു. അവൾ ആരും കാണാതെ മറഞ്ഞുനിന്ന് മൂപ്പന്റെയും കൂട്ടരുടെയും ചെയ്തികൾ നിരീക്ഷിച്ചു. അവർ വിഷ്ണുവിനെ ചെമ്പരത്തിപ്പൂമാല അണിയിക്കുകയും, കാളിദേവിയുടെ മുന്നിൽ എന്തൊക്കെയോ ഹോമദ്രവ്യാദികൾ അർപ്പിക്കുകയും ചെയ്തു കൊണ്ടിരുന്നു

വിഷ്ണുവാകട്ടെ തന്റെ ജീവിതം ഇതോടെ തീരുകയാണെന്ന് മന സ്സിലാക്കി കണ്ണീർതൂകിക്കൊണ്ട് നിന്നു. ദ്രംഷ്ടകൾകാട്ടി കുടൽമാല കഴുത്തിലണിഞ്ഞു നിന്നിരുന്ന കാളീരൂപത്തെ വിഷ്ണു ഒന്നേ നോക്കി യുള്ളൂ. അവന്റെ ഉടൽ ജ്വരബാധിതനെപ്പോലെ വിറയ്ക്കുവാൻ തുടങ്ങി. അസ്പഷ്ടമായി അവൻ ഡാഡിയെയും മമ്മിയെയും വിളിച്ചു കരഞ്ഞു കൊണ്ടിരുന്നു. പൂജയുടെ മൂർദ്ധന്യതയിൽ മൂപ്പനും കൂട്ടുകാരും മദ്യസേവ തുടങ്ങി. അവർ ഉറക്കെ പാടുകയും അട്ടഹസിക്കുകയും ചെയ്തുകൊണ്ട് കാളിദേവിക്ക് ചുറ്റും വലംവച്ചുകൊണ്ടിരുന്നു.

വിഷ്ണുവാകട്ടെ ഇതെല്ലാം കണ്ടു സുബോധം നശിച്ചവനെ പ്പോലെ ആയിത്തീർന്നു. ഇതിനിടയിൽ മൂപ്പനും കൂട്ടുകാരും മദ്യലഹരി യിൽ മയങ്ങി വീണു. എല്ലാം കണ്ടുനിന്ന മാല, എല്ലാവരും ഗാഢനിദ്ര യിലാണെന്നുകണ്ടു മെല്ലെ അകത്തുകടന്നു. അവൾ വിഷ്ണുവിന്റെ കെട്ടുകൾ അവിടെയുണ്ടായിരുന്ന ഒരു കത്തികൊണ്ട് അറുത്തുമാറ്റി, അവനെ കുലുക്കിവിളിച്ചു. വിഷ്ണു കണ്ണുതുറന്നു നോക്കിയപ്പോൾ, ഒന്നും ഉച്ചരിക്കാതെ തന്റെ കൂടെ വരണമെന്ന് ആവശ്യപ്പെട്ടു. അവർ താവളത്തിനു പുറത്തുകടന്ന് എങ്ങോട്ടെന്നില്ലാതെ ഓടി. മുകളിൽ പ്രകാ ശം ചൊരിഞ്ഞുനിന്നിരുന്ന പൂർണചന്ദ്രൻ അവർക്കു വഴികാട്ടിയായി, അവർക്കൊപ്പം സഞ്ചരിച്ചു. ഒടുവിൽ ഒരു ഗുഹാമുഖ ത്തെത്തി അവർ നിന്നു. അവിടെ നിന്ന് കിത പ്പാറ്റിക്കൊണ്ടിരുന്ന അവർക്കു മുന്നിൽ ആ ഗുഹാമുഖം തുറക്കപ്പെട്ടു.

അപ്പോൾ മാല തമിഴിൽ പറഞ്ഞു

ഇതിനുള്ളിൽ ഒരു മഹർഷി ഇരി പ്പുണ്ട്. നമുക്കദ്ദേഹത്തെ കാണാം ഏതോ ജിജ്ഞാസയിൽ മാലയും വിഷ്ണുവും ആ ഗുഹാമുഖത്തു കൂടി അകത്തു പ്രവേശിച്ചു, മുന്നോട്ട് നടന്നുതുടങ്ങി... അകത്തേക്ക് കടക്കും തോറും വിശാലത ഏറിക്കൊ

ണ്ടിരുന്നു. അവിടെ തുറസ്സായ ഒരിടത്തു മരങ്ങൾക്കിടയിൽ സിംഹം കടുവ തുടങ്ങിയ ക്രൂരമൃഗങ്ങൾ സ്വൈര്യവിഹാരം നടത്തുന്നതും, അതിനടുത്തു മാനുകൾ മേഞ്ഞുനടക്കുന്നതും അവർകണ്ടു. മറ്റൊരിടത്തു മുയലുകളും, പക്ഷിമൃഗാദികളും സ്വതന്ത്രമായി വിഹരിക്കുന്നതും കണ്ടു. ക്രൂര മൃഗങ്ങൾ എല്ലാം തന്നെ ശാന്തശീലരായി കാണപ്പെട്ടു. കാട്ടിനുള്ളിൽ മറ്റൊരു കാടുപോലെ തോന്നിച്ച അവിടെ ഏതാനും പശു,നായ,പൂച്ച, കോഴി തുടങ്ങിയ നാട്ടുമൃഗങ്ങളും ഉണ്ടായിരുന്നു .

അവിടെ ഒരിടത്തു പവിഴപ്പുറ്റുകളാൽ ആവരണം ചെയ്യപ്പെട്ട് കടൽജലം നിറഞ്ഞിരിക്കുന്നതും അതിനുള്ളിൽ മത്സ്യങ്ങൾ നീന്തുന്നതും അവർ കണ്ടു. അതിനപ്പുറത്തേക്ക് കടക്കുവാൻ മാർഗ്ഗമില്ലെന്നുകണ്ട് അവർ നീണ്ടുകിടന്ന മറ്റൊരുവെളിച്ചം നിറഞ്ഞ വഴിയിലൂടെ മുന്നോട്ടു നടന്നു. ഉള്ളിലേക്ക് കടക്കുന്തോറും ഏതോ ദിവ്യപ്രകാശം അവിടെ നിറഞ്ഞുനിൽക്കുന്നതായി അവർക്കുതോന്നി. ഒടുവിലവർ വിശാലമായ ഒരിടത്തു എത്തിച്ചേർന്നു. അവിടെ ഒരു ഉയർന്നപീഠത്തിൽ ധ്യാനനിമഗ്നനായിരിക്കുന്ന ഒരു സന്യാസിയെ അവർ കണ്ടു. ദിവ്യമായതേജസ്സ് ആ മുഖത്തു നിറഞ്ഞുനിന്നു. ധ്യാനലീനനായിരിക്കുന്ന അദ്ദേഹത്തെ നോക്കി തൊഴുതുകൊണ്ട് അവർ ഏറെനേരം നിന്നു. ഒടുവിൽ ധ്യാനത്തിൽ നിന്നുമുണർന്ന് അദ്ദേഹം അവരെനോക്കി പുഞ്ചിരിച്ചു.

“നിങ്ങൾ ഇന്നിവിടെ വരുമെന്ന് എനിക്കറിയാമായിരുന്നു. എന്ത് സഹായമാണ് കുഞ്ഞുങ്ങളെ നിങ്ങൾക്കുവേണ്ടി ഞാൻ ചെയ്തുതരേണ്ടത്.”

മലയാളത്തിലുള്ള ദയാവായ്പോടെയുള്ള അദ്ദേഹത്തിന്റെ ചോദ്യം വിഷ്ണുവിനെയും മാലയെയും ആശ്വസിപ്പിച്ചു. അദ്ദേഹത്തെ നോക്കി തൊഴുതുകൊണ്ട് വിഷ്ണു അറിയിച്ചു.

“അങ്ങ് ഒരു ദിവ്യനാണെന്നു ഞങ്ങൾക്ക് മനസ്സിലായി. ഈ പക്ഷി മൃഗാദികളെയും മത്സ്യങ്ങളെയും അങ്ങ് സംരക്ഷിക്കുകയാണോ ചെയ്യുന്നത്? പ്രകൃതി തന്നെ അവയ്ക്ക് വാസഗൃഹങ്ങൾ ഒരുക്കിയിട്ടുള്ളപ്പോൾ എന്തിനുവേണ്ടിയാണു അങ്ങിതുചെയ്യുന്നതെന്ന് ഞങ്ങൾക്ക് മനസിലാക്കിത്തന്നാലും.”

“ഞാൻ അവയെ പ്രകൃതിദുരന്തങ്ങളിൽ നിന്ന് സംരക്ഷിക്കുകയാണ് ചെയ്യുന്നത് കുഞ്ഞുങ്ങളെ. മനുഷ്യരുടെ ചിന്താശൂന്യമായ പ്രവൃത്തിമൂലം, താമസിയാതെ ഈ സ്ഥലങ്ങളെല്ലാംതന്നെ പ്രളയജലത്തിൽപ്പെട്ടു നശിച്ചുപോകും. ഒപ്പം ഈ കാടും, നാടും മത്സ്യങ്ങളും പക്ഷിമൃഗാദികളും മരങ്ങളും. എനിക്കതു ദിവ്യദൃഷ്ടിയിൽ കാണാൻ കഴിയുന്നുണ്ട്. എന്നാൽ എന്റെ സംരക്ഷണവലയത്തിൽ കഴിയുന്ന ഇവക്കൊന്നും നാശമുണ്ടാവുകയില്ല. ആദിമകാലത്ത് നോഹ ചെയ്തതുപോലെ. എന്താ നിങ്ങൾക്കും എന്റെ സംരക്ഷണം വേണമെങ്കിൽ പറഞ്ഞോളൂ.”

വിഷ്ണുവും മാലയും എല്ലാംകേട്ട് അത്ഭുതസ്തബ്ധരായിരുന്നു. സന്യാസിവര്യന്റെ വാക്കുകളിൽ വിശ്വാസം തോന്നിയ വിഷ്ണു താൻ വന്നുപെട്ടിരിക്കുന്ന ആപത്തിനെക്കുറിച്ചറിയിച്ചു. പിന്നെ നാട്ടിൽ എത്തിച്ചേരുവാനുള്ള വഴി ഉപദേശിക്കണമെന്നും അപേക്ഷിച്ചു. അദ്ദേഹം വീണ്ടും ധ്യാനനിമഗ്നനായി കണ്ണുകളടച്ചു. വിഷ്ണുവും മാലയും അദ്ദേഹം കണ്ണുതുറക്കാനായി കാത്തുനിന്നു.

അൽപനേരം കഴിഞ്ഞ് അദ്ദേഹം കണ്ണുതുറന്ന് അറിയിച്ചു.

“നിങ്ങൾ പുഴക്കരയിലേക്കു പൊക്കോളൂ.”

“അവിടെ വിഷ്ണുവിനെ രക്ഷിക്കാൻ ഒരാളുണ്ടാകും.”

അദ്ദേഹത്തിന്റെ വാക്കുകൾ അവരെ സന്തോഷഭരിതരാക്കി. വിഷ്ണുവും മാലയും ആ കാൽക്കൽവീണു വന്ദിച്ചു. അപ്പോൾ അദ്ദേഹം തിളങ്ങുന്ന നീലക്കല്ലുള്ള ഒരു മോതിരമെടുത്തു വിഷ്ണുവിന് നൽകിക്കൊണ്ട് പറഞ്ഞു. “നാട്ടിലെത്തുമ്പോൾ നിനക്കിതു പ്രയോജനപ്പെടും. നീയിതു വലതുകൈവിരലിൽ അണിഞ്ഞ്, കണ്ണടച്ചു പിടിച്ച് എന്നെ ധ്യാനിച്ച്, എന്താഗ്രഹം അറിയിച്ചാലും അത് നടന്നിരിക്കും.”

വിഷ്ണു ഭക്തിയോടെ ആ മോതിരം വാങ്ങി തന്റെ ഷർട്ടിന്റെ പോക്കറ്റിൽ സൂക്ഷിച്ചു. എന്നിട്ടു ഒന്നുകൂടി സന്യാസിവര്യനെ തൊഴുത് നിറകണ്ണുകളോടെ അറിയിച്ചു. “എനിക്ക് അങ്ങു നൽകിയ ഈ ഉപകാരം ഞാനൊരിക്കലും മറക്കില്ല. ഞങ്ങളുടെ ഗ്രാമത്തിലേക്ക് ദിവ്യനായ അങ്ങ് ഇടക്കെല്ലാം വരണം. അത് ഞങ്ങൾക്ക് ഒരു

വലിയ അനുഗ്രഹമായിരിക്കും.'' അതിനു മറുപടിയായി അദ്ദേഹം പറഞ്ഞു. ''നിഷ്ക്കളങ്കനായ നീ നല്ലവനാണ്. അതുകൊണ്ടാണ് നിനക്കെന്നെ കാണാൻ കഴിഞ്ഞതും, ഈമോതിരമിപ്പോൾ ലഭിച്ചതും. നിനക്കാവശ്യമുള്ളപ്പോൾ എന്നെ ധ്യാനിച്ചാൽ ഞാൻ അപ്പോൾ നിന്റെ മുന്നിൽ പ്രത്യക്ഷപ്പെടും. ഇപ്പോൾ ഈ മോതിരം മാത്രം മതി നിന്റെ ആഗ്രഹങ്ങളെല്ലാം സാധിക്കാൻ. ഗ്രാമത്തിൽ ചെന്ന് സത്കൃത്യങ്ങൾ മാത്രം നടത്തി ജീവിക്കൂ. അതിനു ഈ മോതിരം സഹായിക്കും. വിജയീഭവ"

അദ്ദേഹം വീണ്ടും നിമിഷനേരം കണ്ണടച്ചിരുന്നു. അപ്പോൾ ഒരുമാൻ അവിടെ പ്രത്യക്ഷപ്പെട്ടു. അദ്ദേഹം മാനിനോട് പറഞ്ഞു

"നീ ഈ കുഞ്ഞുങ്ങളെ എത്രയും വേഗം പുഴക്കരയിലെത്തിക്കണം. ഇവർക്ക് ഒരാപത്തും ഉണ്ടാകരുത്.'' മാൻ തലകുലുക്കി സമ്മതമറിയിച്ചു. പിന്നീട് വിഷ്ണുവിനോടും മാലയോടുമായി പറഞ്ഞു. "നിങ്ങൾ ഇവന്റെ പുറത്തുകയറി പുഴക്കരയിലേക്കു പൊക്കോളൂ. അവിടെ മാലയുടെ മാതാപിതാക്കളുണ്ടാകും. മാല അവരോടൊപ്പം എത്രയും വേഗം മടങ്ങിപൊക്കോളൂ. അല്ലെങ്കിൽ ഇവനെ രക്ഷിച്ചതിന്റെ പേരിൽ നിങ്ങളുടെ ജീവനും അപകടത്തിലാവും."

മാല തലകുലുക്കി സമ്മതിച്ചു .

പിന്നീടവർ മാനിന്റെ പുറത്തുകയറിയിരുന്നു.

മാൻ അവരെയുംകൊണ്ടു പുഴക്കരയിലേക്ക് പാഞ്ഞു. പുഴക്കരയിൽ മാലയുടെ മാതാപിതാക്കൾ മാലയെക്കാണാഞ്ഞ് കരഞ്ഞുനടന്നിരുന്നു. മാല അവർക്കരികിൽ ഓടിയെത്തി. "കണ്ണേ നീ എങ്കെ പോയാച്ച്." അവർ കരഞ്ഞുകൊണ്ട് അവളെ കെട്ടിപ്പിടിച്ചു. അപ്പോൾ പുഴയിൽ ഒരു മൽസ്യം പ്രത്യക്ഷപ്പെട്ടു. അത് വിഷ്ണു ഒരിക്കൽ കരയിൽ നിന്നും പുഴയിലേക്ക് എടുത്തിട്ട് ജീവൻ രക്ഷിച്ച, ആ വരാൽമൽസ്യമായിരുന്നു. അവർ നോക്കിനിൽക്കേ ആ മൽസ്യം ഒരു ചെറുതോണിയുടെ വലിപ്പത്തിലായി. പിന്നീട് അതുവിഷ്ണുവിനെ നോക്കി പുഞ്ചിരിച്ചുകൊണ്ട് സംസാരിക്കാൻ തുടങ്ങി.

"സന്യാസി എന്റെ മുന്നിൽ പ്രത്യക്ഷപ്പെട്ടു പറഞ്ഞതനുസരിച്ച് ഞാൻനിന്നെ രക്ഷിക്കുവാൻ എത്തിയതാണ്. മാത്രമല്ല ഒരിക്കൽ എന്റെ ജീവൻ രക്ഷിച്ച നിന്നെ രക്ഷിക്കേണ്ടത് എന്റെ കടമ കൂടിയാണല്ലോ." മത്സ്യത്തിന്റെ സംഭാഷണംകേട്ട് വിഷ്ണു അത്ഭുതപരതന്ത്രനായി നിന്നു. അപ്പോൾ മൽസ്യം വീണ്ടും പറഞ്ഞു.

"നീ എന്റെ പുറത്തുകയറിക്കോളൂ. ഞാൻ നിന്നെ സുരക്ഷിതമായി അക്കരയെത്തിക്കാം." വിഷ്ണു തിരിഞ്ഞ് മാലയോടും മാതാപിതാക്കളോടും യാത്രപറയാൻ തുനിയവേ, അല്പംദൂരെ നിന്ന് മൂപ്പന്റെ പടയാളികളുടെ ആരവം കേട്ടു.

അവർ വിഷ്ണുവിനെ അന്വേഷിച്ചു വരികയായിരുന്നു. വിഷ്ണു മാലയുടെ മാതാപിതാക്കളോട് പറഞ്ഞു.

"നിങ്ങളും എന്റെ കൂടെ നാട്ടിലേക്കു പോരൂ. നിങ്ങൾക്കിനിയിവിടെ സമാധാനത്തോടെ ജീവിക്കാനാവില്ല. ഒരുപക്ഷെ അവർ നിങ്ങളെ കൊന്നുകളയാനും മതി"

മാലയും മാതാപിതാക്കളും അതോർത്തു ഞെട്ടിത്തരിച്ചു. അവർ വിഷ്ണുവിനോടൊപ്പം പോകുവാൻ തയ്യാറായി. എല്ലാവരും മൽസ്യത്തിന്റെ പുറത്തുകയറി. അപ്പോഴേക്കും സാമാന്യം വലിപ്പമേറിയ ഒരു തോണിയുടെപോലെ ആയിത്തീർന്നിരുന്നു ആമൽസ്യം.

എല്ലാവരും പുറത്തുകയറിക്കഴിഞ്ഞപ്പോൾ മൽസ്യം അതിവേഗത്തിൽ വെള്ളത്തിലൂടെ കുതിച്ചുപാഞ്ഞു.

****

10

മത്സ്യത്തിന്റെ ലക്ഷ്യം വിഷ്ണുവിന്റെ നാടായിരുന്നു. നാട്ടിലെ പുഴക്കരയിലെത്തിയ അവർ മത്സ്യത്തിന്റെ പുറത്തുനിന്നും ഇറങ്ങി. വിഷ്ണു മൽസ്യത്തിനോട് നന്ദി പറഞ്ഞു.

"നീ ഞങ്ങളുടെ ജീവൻ രക്ഷിച്ചു. ഇതിനു പ്രതിഫലമായി നിനക്ക് എന്തുവേണമെങ്കിലും ചോദിക്കാം. പണ്ട് ഞാൻ നിന്റെ ജീവൻ രക്ഷിച്ചത് ഇപ്പോൾ കണക്കാക്കേണ്ട"

പൂർവരൂപം പ്രാപിച്ച മൽസ്യം പറഞ്ഞു. "വിഷ്ണു കാണുന്നില്ലേ, ഈ പുഴ മുഴുവൻ വെള്ളം പൊങ്ങിക്കിടക്കുകയാണ്. ഇവിടെ ഒരു പ്രളയം സംഭവിച്ചുകഴിഞ്ഞു. മനുഷ്യരും ജീവജാലങ്ങളും ആപത്തിൽപ്പെട്ടിരിക്കുകയാണ്. നീ ഈ ജലത്തിൽ ജീവിക്കുന്ന ഞങ്ങളുൾപ്പെടെ ആർക്കും ആപത്തുണ്ടാകാതെ രക്ഷിക്കണം. സന്യാസിയുടെ സഹായത്താൽ നിനക്കതിനു കഴിയും."

വിഷ്ണു അപ്പോഴാണ് ചുറ്റിലും നോക്കിയത്. എങ്ങും പ്രളയജലത്താൽ ചുറ്റപ്പെട്ടുകഴിഞ്ഞു. മാതാപിതാക്കളേയും, അമ്മുവേടത്തിയേയും, നാട്ടുകാരേയും കുറിച്ചോർത്ത് അവൻ ഞെട്ടിത്തരിച്ചു. അപ്പോഴാണവൻ സന്യാസി തനിക്കു നൽകിയ വജ്രമോതിരത്തെക്കുറിച്ചോർത്തത്.ആ മോതിരത്തിന്റെ ശക്തിയിൽ തനിക്കെല്ലാവരെയും രക്ഷിക്കാൻ കഴിഞ്ഞേക്കും.

അവനത് ഭദ്രമായി പോക്കറ്റിലുണ്ടോയെന്നു തപ്പിനോക്കി. അത് അവിടെത്തന്നെയുണ്ടെന്നു കണ്ടപ്പോൾ അവനു സമാധാനമായി.

"നീ പേടിക്കേണ്ട. നീയുൾപ്പെടെയുള്ള ജലജീവികൾക്കോ, ഈ നാട്ടിലുള്ള മറ്റാർക്കെങ്കിലുമോ ആപത്തുവരാതെ ഞാൻ നോക്കിക്കോളാം"

മത്സ്യത്തിന് വാക്കുനൽകിയതോടെ മൽസ്യം പഴയരൂപം പ്രാപിച്ച് വെള്ളത്തി

നടിയിൽ അപ്രത്യക്ഷനായി. എല്ലാം കണ്ടും കേട്ടും അമ്പരന്നു നിന്നിരുന്ന മാലയുടെ മാതാപിതാക്കളോട് വിഷ്ണു പറഞ്ഞു.

"ഈ പ്രളയജലം കണ്ടു നിങ്ങൾ പേടിക്കേണ്ട. നിങ്ങൾക്കാർക്കും ഒരാപത്തും ഉണ്ടാകാതെ നോക്കുവാൻ എനിക്ക് കഴിയും."

എന്നിട്ടവൻ കരയിൽ കെട്ടിയിട്ടിരുന്ന തന്റെ തോണി അന്വേഷിച്ചു. ഒരു പോറൽപോലുമേൽക്കാതെ അതവിടെത്തന്നെ ഉണ്ടായിരുന്നു. ആ തോണിയിൽ മാലയെയും മാതാപിതാക്കളെയുമിരുത്തി പിന്നെ താനും കയറി, അതിവേഗം തന്റെ വീട് ലക്ഷ്യമാക്കി തുഴഞ്ഞുനീങ്ങി. അവൻ വിചാരിച്ചതിലും ഭയാനകമാണ് കാര്യങ്ങൾ എന്നുകണ്ടു. നാടുമുഴുവൻ വെള്ളത്താൽ ചുറ്റപ്പെട്ടു കഴിഞ്ഞു. അച്ഛനമ്മമാരെയും അമ്മുവേടത്തിയെയും അച്ഛമ്മയെയും ജാനുവമ്മയെയും കുറിച്ചോർത്തു അവന്റെ കണ്ണുകൾ നിറഞ്ഞു. അവർക്കെന്തെങ്കിലും ആപത്തുപറ്റിക്കാണുമോ എന്നവൻ ഭയപ്പെട്ടു. പോകുന്ന വഴിയിൽ കാവതിക്കാക്ക ചത്തുകിടക്കുന്നതു അവൻ കണ്ടു. അതിന്റെ കഴുത്തിലെ മണിയിൽ ആ കൈലേസ് ഉണ്ടായിരുന്നില്ല. ആ കൈലേസ് അത് അനീഷേട്ടന്റെ കൈയ്യിൽ എത്തിച്ചുകാണുമോ..? അവൻ ആശങ്കപ്പെട്ടു.

അല്പദൂരംകൂടി ചെന്നപ്പോൾ അവന്റെ വീടിരിക്കുന്ന സ്ഥലം ദൃശ്യമായി. തകർന്നടിഞ്ഞു മൺകൂന പോലെയായിത്തീർന്ന വീടിന്റെ അവശിഷ്ടങ്ങളല്ലാതെ അവിടെ ഒന്നും കാണാനുണ്ടായിരുന്നില്ല. ചുറ്റുമുള്ള വീടുകളുടെ സ്ഥിതിയും അതുതന്നെ. അവന്റെ പ്രിയപ്പെട്ട പക്ഷിമൃഗാദികളും അവിടവിടെയായി ചത്തുകിടക്കുന്നത് അവൻ കണ്ടു. വിഷ്ണുവിന് പൊട്ടിക്കരയണമെന്നു തോന്നി. പെട്ടെന്നവൻ പോക്കറ്റിൽനിന്നും വജ്രമോതിരം പുറത്തെടുത്തു. എങ്ങും പ്രകാശം പരത്തി വജ്രമോതിരം തിളങ്ങി.

അതു തന്റെ അണിവിരലിലണിഞ്ഞതോടെ അതിനുള്ളിൽ സന്യാസിയുടെ രൂപം പ്രത്യക്ഷമായി. അദ്ദേഹം പുഞ്ചിരിയോടെ അവനെ നോക്കിപ്പറഞ്ഞു.

"നീ ഒന്നുകൊണ്ടും വിഷമിക്കേണ്ട വിഷ്ണു. നിന്റെ മാതാപിതാക്കളും മറ്റെല്ലാവരും ജീവനോടെ ഇരിക്കുന്നു. അവർ അടുത്തുതന്നെയുള്ള സ്കൂളിൽ ഉണ്ട്. നിനക്കവരെ അവിടെ ചെന്നാൽ കാണാം. "

അങ്ങനെപറഞ്ഞ് സന്യാസി അപ്രത്യക്ഷനായി. വിഷ്ണു മോതിരം തിരികെ പോക്കറ്റിൽ നിക്ഷേപിച്ചു. അവൻ തോണി സ്കൂളിരിക്കുന്നിടത്തേക്കു തിരിച്ചുവിട്ടു. നിറഞ്ഞകണ്ണുകൾ കണ്ട്, വിഷ്ണുവിനോട് വിഷമിക്കാതിരിക്കാൻ മാലയും മാതാപിതാക്കളും പറയുന്നുണ്ടായിരുന്നു.

ആപത്തൊന്നും ഇല്ലാതെ അവരെ ദൈവം കാക്കും എന്നവർ തന്റേ തായ ഭാഷയിൽ അവനെ സമാധാനിപ്പിച്ചുകൊണ്ടിരുന്നു.

ഒടുവിലവർ ആ സ്കൂളിൽ എത്തിച്ചേർന്നു.

അവിടെ ധാരാളംപേർ അഭയാർഥികളായി കൂടിയിരിക്കുന്നത് കണ്ടു.

തോണിയിൽ നിന്നിറങ്ങി അവൻ സ്കൂളിനകത്ത് തന്റെ മാതാപിതാക്കളെയും അമ്മുവേടത്തിയെയും അന്വേഷിച്ചു. ആദ്യ അന്വേഷണത്തിൽ അവരെ ആരെയും കണ്ടെത്താൻ അവനു കഴിഞ്ഞില്ല.

എന്നാൽ തന്റെ അയൽപക്കത്തുള്ള പലരെയും അവൻ അവിടെ കണ്ടു. വീണ്ടുമുള്ള അന്വേഷണത്തിൽ അവർ അവിടെനിന്നും പോയതായി അറിഞ്ഞു. അനീഷ് എന്നുപേരുള്ള ഒരുചെറുപ്പക്കാരനാണത്രെ അവരെ കൂട്ടിക്കൊണ്ടുപോയത്. എവിടേക്കായിരിക്കും അവരെ കൊണ്ടുപോയത്?. കൂടുതൽ ആലോചിച്ചു നില്ക്കാതെ മോതിരം കൈയിലെടുത്തണിഞ്ഞു .

അതിൽ തെളിഞ്ഞ സന്യാസിരൂപം അവർ എവിടെയാണുള്ളതെന്നറിയിച്ചു മറഞ്ഞു.

തന്നെക്കാത്തു തോണിയിലിരുന്ന മാലയോടും കുടുംബത്തോടുമൊപ്പം അതിൽകയറി വിഷ്ണു യാത്ര തുടർന്നു.. തോണിയിൽ കയറി യാത്രതിരിക്കുമ്പോൾ, മനസ്സിൽ, അവരെ കണ്ടുമുട്ടുമെന്ന പ്രതീക്ഷ ആനന്ദമേകി. ഒടുവിൽ ഗ്രാമാതിർത്തിയിൽ അധികം വെള്ളം കയറാത്ത ഒരു വാടകവീടിന്റെ മുന്നിൽ തോണിയെത്തി. തോണിയിൽ നിന്നിറങ്ങി വിഷ്ണുവും കൂട്ടരും അങ്ങോട്ടേക്കുനടന്നു. ആ വീടിനകത്ത് ഏതാനുംപേർ കൂടിനിൽക്കുന്നുണ്ടായിരുന്നു. കൂട്ടത്തിൽ അനീഷേട്ടനും. വിഷ്ണുവിനെക്കണ്ട അനീഷേട്ടന്റെ മുഖത്ത് അത്ഭുതവും സന്തോഷവും മാറി മാറി നിഴലിച്ചു.

"അല്ലാ നീ ഇത്രനാളും എവിടെയായിരുന്നു വിഷ്ണു." അനീഷ് അവന്റെ അടുത്തെത്തി ആരാഞ്ഞു.

"ആദ്യം ഞാനെന്റെ ഡാഡിയെയും, മമ്മിയേയും കാണട്ടെ. എന്നിട്ടു പറയാം എല്ലാം." അനീഷ് വിഷ്ണുവിനെയും കൂട്ടരെയും അടുത്തമുറിയിലേക്ക് നയിച്ചു. അവിടെ അവൻ തന്റെ ഡാഡിയെയും മമ്മിയെയും അമ്മുവേടത്തിയെയും കണ്ടു. അത്യന്തം വിഷമകരമായ സാഹചര്യത്തിൽ അവരെല്ലാം ഒരു മൂലയിൽ കുത്തിയിരിക്കുന്നു. ഡാഡിയും മമ്മിയും അവനെക്കണ്ടപ്പോൾ എന്തെന്നില്ലാത്ത ആഹ്ളാദത്തോടെ അവന്റെ അടുത്തേക്ക് ഓടിയെത്തി. കൂട്ടത്തിൽ അമ്മുവേടത്തിയും.

"നീ എവിടെയായിരുന്നു മോനെ ഇത്ര ദിവസവും" അവർ മൂവരും ഒറ്റശ്വാസത്തിലവനോട് ചോദിച്ചു.

"ഞാൻ.... ഞാൻ... വെള്ളപ്പൊക്കത്തിൽപ്പെട്ട് ഒരുകാട്ടിൽ അകപ്പെട്ടുപോയി. പിന്നെ എന്നെ രക്ഷിച്ചത് ഈ മാലയുടെ അച്ഛനമ്മമാരും മാലയുമാണ്. ഇല്ലെങ്കിൽ ഞാനിന്നു ജീവനോടെ ഉണ്ടാകുമായിരുന്നില്ല." അവൻ നടന്നതെല്ലാം അവരെ ബോധ്യപ്പെടുത്തി. അവർ ആനന്ദക്കണ്ണീർ തൂകിക്കൊണ്ട് മാലയോടും അച്ഛനമ്മമാരോടും തങ്ങളുടെ നന്ദി അറിയിച്ചു. "ഞങ്ങളുടെ മകനെ നഷ്ടപ്പെട്ടുവെന്നു കരുതി ഞങ്ങൾ വിഷമിച്ചിരിക്കുകയായിരുന്നു. അവനെ രക്ഷിച്ചതിനു നിങ്ങളോട് എത്ര നന്ദിപറഞ്ഞാലും മതിയാവുകയില്ല."

അവർ മാലയെയും അച്ഛനമ്മമാരെയും അഭിനന്ദിച്ചു. വിഷ്ണുവിനോടൊപ്പം തങ്ങളുടെ നാട്ടിലെത്തിയതിൽ സന്തോഷം അറിയിക്കുകയും ചെയ്തു.

തക്കസമയത്തെത്തി വെള്ളപ്പൊക്കത്തിൽനിന്ന് വീട്ടിൽ എല്ലാവരുടേയും ജീവൻ രക്ഷിക്കാൻ സഹായിച്ച അനീഷേട്ടനോട് വിഷ്ണു തന്റെ കൃതജ്ഞത അറിയിച്ചു. ഇതിനിടയിൽ അച്ഛമ്മ ഒരു സംഭവം വിവരിച്ചു.

"കേട്ടോ വിഷ്ണുമോനെ.... അനീഷ് മോനോട് എത്ര നന്ദിപറഞ്ഞാലും മതിയാവുകയില്ല. വെള്ളം കേറിക്കേറി മുകളിൽ ഞങ്ങളിരുന്നിടത്തുവരെയെത്തി. ഇനിയും വെള്ളം കേറിയാൽ എങ്ങനെ ജീവൻ രക്ഷിക്കുമെന്നറിയാതെ ഞങ്ങൾ വിഷമിച്ചു.

അപ്പോഴാണ് ഒരു പാമ്പ് വെള്ളത്തിലൂടെ ഇഴഞ്ഞു വരുന്നത് കണ്ടത്. എന്തുചെയ്യണമെന്നറിയാതെ ഞാൻ പേടിച്ചു നിലവിളിച്ചു... അപ്പോൾ അനീഷ്മോൻ ഒരു ദൈവദൂതനെപ്പോലെ അവിടെയെത്തി പാമ്പിനെ ഒരു കമ്പിൽ തൂക്കിയെടുത്തു ദൂരേക്കെറിഞ്ഞു. എന്നിട്ട് ഞങ്ങളെ തോണിയിൽ കയറ്റി സ്ക്കൂളിലെത്തിച്ചു.. അനീഷ്മോനില്ലായിരുന്നുവെങ്കിൽ ഞങ്ങളാരും മരണത്തിൽ നിന്നും രക്ഷപ്പെടുകയില്ലാരുന്നുട്ടോ വിഷ്ണു."

അതുകേട്ട് ഡാഡി പശ്ചാത്താപവിവശനായി പറഞ്ഞു...

"ശരിയാണ് മോനെ എല്ലാം എന്റെ തെറ്റിധാരണയായിരുന്നു. ഇന്നിപ്പോൾ എനിക്ക് എന്റെ തെറ്റുകൾ ബോധ്യമായി. ഉച്ചനീചത്വങ്ങൾക്കും, ജാതിമത ചിന്തകൾക്കുമല്ല ജീവിതത്തിൽ നമ്മൾ സ്ഥാനം നൽകേണ്ടത്. മനുഷ്യത്വത്തിനാണ്. മനുഷ്യൻ മനുഷ്യനെ തിരിച്ചറിയുകയും പരസ്പരം സ്നേഹിക്കുകയും ചെയ്യുമ്പോഴാണ് ജീവിതം പൂർണമാകുന്നത്. പ്രളയത്തിൽ സമ്പത്തെല്ലാം നശിച്ച് നിസ്വനായ അവസ്ഥയിൽ എനിക്കതു പൂർണ്ണബോദ്ധ്യമായി. അല്ല. ഈ പ്രളയത്തിലെ തന്റെ നിസ്വാർത്ഥകർമ്മത്തിലൂടെ അനീഷ് ഞങ്ങൾക്കതു മനസ്സിലാക്കിത്തന്നു. അനീഷ്മോനെ തിരിച്ചറിയാൻ വൈകിപ്പോയതിൽ ഞാൻ ക്ഷമ ചോദിക്കുന്നു." അനീഷേട്ടനാകട്ടെ ഡാഡിയെ തടഞ്ഞുകൊണ്ടു പറഞ്ഞു.

"ഡാഡി എന്നോടു ക്ഷമചോദിക്കരുത്. കേരളത്തിൽ എല്ലായിടത്തും കാലാവസ്ഥ മോശമായതോടെ എന്റെയും അമ്മുവിന്റെയും ഇടയിലുണ്ടായിരുന്ന ഫോണിലൂടെയുള്ള ആശയവിനിമയസാധ്യതയെല്ലാം നഷ്ടമായി. അപ്പോഴാണ് അവൾ വിഷ്ണുവിന്റെ കയ്യിൽ എന്റെ ജന്മദിന സമ്മാനമായി ആ കൈലേസ് കൊടുത്തയയ്ക്കുന്നത്. പക്ഷെ ഡാഡി ഇടപെട്ടതു കാരണം എനിക്കതു കൈപ്പറ്റാൻ കഴിഞ്ഞില്ല. പിന്നീട് വിഷ്ണു ആ കൈലേസ് കാവതികാക്കയുടെ കഴുത്തിൽകെട്ടി എന്റെ അടുത്തേക്ക് പറഞ്ഞയയ്ക്കുകയായിരുന്നു. ഞാൻ പതിവായി ചെന്നിരിക്കാറുള്ള പാർക്കിൽ കാവതിയും എത്തിയപ്പോൾ ആ കൈലേസ് അതിന്റെ കഴുത്തിൽകണ്ടു ഞാൻ അതെടുക്കുകയായിരുന്നു. അങ്ങനെ അമ്മുവിനെ മെഡിസിനു പഠിക്കാൻ മംഗ

ലാപുരത്തേക്ക് കൊണ്ടുപോകുകയാണെന്ന് ഞാനറിഞ്ഞു. മംഗലാപുരം മെഡിക്കൽ കോളേജും, ഡാഡിയോടൊത്തുള്ള അങ്ങോട്ടുള്ള അവളുടെ കാർ യാത്രയും തുന്നൽപ്പണികളിലൂടെ അമ്മു കൈലേസിൽ ആലേഖനം ചെയ്തിട്ടുണ്ടായിരുന്നു. മാത്രമല്ല മംഗലാപുരത്തു പഠിക്കാൻ പോകുന്ന തിനെപ്പറ്റി അവൾ നേരത്തെ എന്നോട് പറഞ്ഞിട്ടുണ്ടായിരുന്നു. അങ്ങനെ വിവരങ്ങളെല്ലാമറിഞ്ഞു ഞാൻ ഇങ്ങോട്ടു പുറപ്പെട്ടു."

"അമ്മുവിനെ രക്ഷിക്കാൻ ഞാനെത്തിയ സമയത്തു ഗ്രാമത്തിൽ പ്രളയം വന്നു, നിങ്ങളെല്ലാം അതിലകപ്പെട്ടതുകണ്ടു. ആ സമയത്തു ഒരു മനുഷ്യനെന്ന നിലയിൽ ഞാൻ എന്റെ കർത്തവ്യങ്ങൾ നിറവേറ്റുക മാത്ര മേ ചെയ്തിട്ടുള്ളു."

ആ വാക്കുകളിലൂടെ അനീഷിലെ നല്ല മനുഷ്യനെ ദർശിക്കാൻ അവർക്കു കഴിഞ്ഞു. വിഷ്ണുവാകട്ടെ അപ്പോൾ തന്റെ കൈയിലുള്ള മോതിരം വിരലിലണിഞ്ഞു, തന്റെ മാതാപിതാക്കളെയും മറ്റുള്ളവരെയും ഈപ്രളയത്തിൽ നിന്നും രക്ഷിക്കുവാനുള്ള മാർഗം സന്യാസിയോട് ആരായുകയായിരുന്നു .

സന്യാസിയുടെ ദിവ്യ പ്രഭാവത്താൽ ആ നാട്ടിലെ വെള്ളപ്പൊക്കം അപ്രത്യക്ഷമാവുകയും എല്ലാം പഴയതുപോലെ ആകുകയും ചെയ്തു. മരിച്ചുപോയ ജീവജാലങ്ങളും മനുഷ്യരും പൂർവാധികം ആരോഗ്യ ത്തോടെ ഉയിർത്തെഴുന്നേറ്റു. മാലക്കും അച്ഛനമ്മമാർക്കും ആ ഗ്രാമത്തിൽ തന്നെ താമസിക്കുവാൻ പറ്റിയ നല്ല വീടുണ്ടായി.

നാട്ടിലെല്ലാവരും നഷ്ടപ്പെട്ടതെല്ലാം വീണ്ടെടുത്ത് അത്യാഹ്ലാദ ത്തോടെ തങ്ങളുടെ വീടുകളിൽ ജീവിച്ചു. തങ്ങളുടെ ജീവനും സ്വത്തും സംരക്ഷിച്ച വിഷ്ണുവിനെ അവർ പ്രശംസകൾകൊണ്ട് മൂടുകയും അവനുസമ്മാനങ്ങൾ നൽകു കയും ചെയ്തു. എല്ലാം ശുഭമായി എന്നു കണ്ടു വിഷ്ണുവിന്റെ ഡാഡി അവനെ നാട്ടിലുള്ള ഏറ്റവും നല്ല സ്കൂളിൽ തന്നെ ചേർത്തു. ദിനരാത്രങ്ങൾ ഉല്ലാസഭരിതമായി കടന്നുപോയി. ഇതിനിടയിൽ അമ്മുവേ ടത്തി, വിഷ്ണുവിന് വാക്കുനൽകിയതു പോലെ, റാങ്കോടെ എൻട്രൻസ് പാസ്സായി, നാട്ടിൽതന്നെ മെഡിസിന് ചേർന്നു പഠിക്കാൻ തുടങ്ങി.

ഏതാനും വർഷങ്ങൾ കൂടി കൊഴിഞ്ഞുവീണു. അമ്മുവേടത്തി നല്ല ഡോക്ടറായി നാട്ടിൽ പ്രാക്ടീസ് ആരംഭിച്ചു. വിഷ്ണു പ്ലസ്ടുക്ലാസ്സിൽ എത്തി.ഒരുദിവസം അനീഷേട്ടനും അമ്മുവേടത്തിയും നർമ്മസല്ലാപത്തിൽ മുഴുകിനിൽക്കുന്നതുകണ്ടു വിഷ്ണു ഡാഡിയോടും മമ്മിയോടുമായിട്ട് അന്വേഷിച്ചു. "ഇനിയെങ്കിലും ഡാഡിക്കും മമ്മിക്കും അവരുടെ വിവാഹത്തിന് അനുമതി നൽകിക്കൂടെ" എന്ന്.

"അതെയതേ... അവനൊരു നല്ല പയ്യനാണ് ട്ടോ. നമ്മുടെ അമ്മുവിന് അവൻ നല്ലതുപോലെ യോജിക്കും. അവനില്ലായിരുന്നെങ്കിൽ ഞാൻ പാമ്പുകടിയേറ്റു ചത്തുപോയേനെ. നമ്മുടെ ജീവൻ രക്ഷിച്ച അനീഷ്മോന് തന്നെ അമ്മുവിനെ കൊടുക്കണം രവി."

അച്ഛമ്മയും കൂടി അനുകൂലിച്ചതോടെ ഡാഡി പറഞ്ഞു. "ഇവരുടെ വിവാഹം അടുത്ത ശുഭമുഹൂർത്തത്തിൽ തന്നെ ഞാൻ നടത്തിക്കൊടുക്കുന്നതാണ്."

"അമ്മുവിനെ എനിക്കു നൽകിയാൽ ഞാൻ അവളെ പൊന്നുപോലെ നോക്കും. അക്കാര്യത്തിൽ അങ്ങ് വിഷമിക്കേണ്ട." അനീഷ് പറഞ്ഞു. അതുകേട്ട അമ്മുവേടത്തിയുടെ കണ്ണുകളിൽ ആയിരം നക്ഷത്രങ്ങൾ പൂത്തിറങ്ങി.

ഏറ്റവുമടുത്ത ശുഭമുഹൂർത്തത്തിൽ നടന്ന അവരുടെ വിവാഹത്തിൽ ഗ്രാമവാസികൾ ഒന്നടങ്കം പങ്കുകൊണ്ടു. കാട്ടിൽനിന്നും ആ സന്യാസിവര്യനും വിഷ്ണുവിന്റെ ക്ഷണമനുസരിച്ചു വിവാഹത്തിൽ പങ്കുകൊള്ളുകയും വധൂവരന്മാരെ അനുഗ്രഹിക്കുകയും ചെയ്തു. വിഷ്ണുവിന്റെ നിഷ്കളങ്കത നിറഞ്ഞ നല്ല മനസ്സാണ് ആ ഗ്രാമത്തെ രക്ഷിച്ചതെന്നു കൂടി പറയാൻ അദ്ദേഹം മറന്നില്ല.

വിവാഹശേഷം അമ്മുവേടത്തിയുടെ കവിളിൽ വിരിഞ്ഞുകണ്ട മഴവിൽവർണ്ണങ്ങളാണ് വിഷ്ണുവിന് തനിക്കു ലഭിച്ച സമ്മാനങ്ങളിൽ ഏറ്റവും വലുതായി തോന്നിയത്. അതോടെ കഴിഞ്ഞുപോയ പ്രളയത്തിനോട് വിഷ്ണുവിനും എന്തെന്നില്ലാത്ത പ്രണയം തോന്നി. കാരണം ദുരന്തങ്ങൾ മനുഷ്യനെ പലതും തിരിച്ചറിയാൻ സഹായിക്കുകയും ഒത്തൊരുമിപ്പിക്കുകയും ചെയ്യുന്നു. എങ്കിലും ദുരന്തങ്ങളില്ലാത്ത ഒരു കാലത്തിനായി വിഷ്ണു, ദൈവത്തോട് പ്രാർ

ത്ഥിച്ചു... അതുകണ്ട സന്യാസി വിഷ്ണുവിന്റെ ആഗ്രഹപൂർത്തീകരണത്തിനായി ആശിർവദിച്ച് എങ്ങോ അപ്രത്യക്ഷനായി.

ആ സന്യാസി തന്നെയാണ് യഥാർത്ഥ ദൈവമെന്നു അവിടെ കൂടിയിരുന്നവർക്കും വിഷ്ണുവിനും മനസ്സിലായി .

എല്ലാം ശുഭമായി എന്നുകണ്ട് വിഷ്ണുവിന്റെ ഡാഡി അവനെ അഭിനന്ദിച്ചു... വിഷ്ണു, അമ്മുവേടത്തിയോടൊപ്പം, പുനരുജ്ജീവിച്ച കാവതികാക്കക്കും മറ്റു പക്ഷിമൃഗാദികൾക്കും, ജലജീവജാലങ്ങൾക്കും ആഹാരം നൽകി, അച്ഛനമ്മമാരോടും, അച്ഛമ്മയോടും അനീഷേട്ടനോടുമൊപ്പം സുഖമായി ജീവിച്ചു. വലുതായപ്പോൾ അവൻ പഠിച്ച് കളക്ടറായി. ജനക്ഷേമതൽപരനായ അവന്റെ നാട്ടിൽ പിന്നീട് ഒരിക്കലും വെള്ളപ്പൊക്കം ഉണ്ടായില്ല.

****

www.ingramcontent.com/pod-product-compliance
Lightning Source LLC
LaVergne TN
LVHW040823051026
849519LV00007BA/2721